# ઉગી પ્રીત

પ્રવીણા કડકિયા

વિજય શાહ

હેમાબેન પટેલ

રાજુલ શાહ

ડો ઇંદીરા શાહ

ચંદ્રકાંત સંઘવી

Copyright © 2013 Pravina Kadaklyaa

All rights reserved.

**ISBN-13: 978-1482565416**

**ISBN-10:1482565412**

# ઉગી પ્રીત આથમણે કોર.

## પ્રકરણ – ૧ હેમાબહેન પટેલ

આજે રવિવારનો દિવસ છે એટલે પૂજાને ક્લીનીક તેની ઓફિસમાં, કે હોસપીટલ જવાનુ નથી,માટે આરામથી સવારે મોડા ઉઠી.રાત્રે ચિંતામાં વિચારોમાં ખોવાઈ જાય એટલે જલ્દી ઉંઘ નથી આવતી, વિચારો દુર કરવા માટે કોઈ સારી બુક વાંચે પછીથી રાત્રે મોડેથી ઉંઘ આવે. રાત્રે બરાબર ઉંઘી નથી શકતી.મોડી રાત્રી સુધી જાગતી રહે છે.એટલા માટે આજે પણ સવારે મોડેથી ઉઠી. મારિયા ચ્હા બનાવીને ચ્હા નાસ્તો ટેબલ પર મુકવા આવીને મોઢા પર સ્મિત ફરકાવીને બોલી "Good morning Mem" અને ચ્હા નાસ્તો ટેબલ પર મુક્યો.વળતો પૂજાએ પણ જવાબ આપ્યો ગુડ મોર્નીંગ મારિયા. પૂજાએ આરામથી ચ્હા-નાસ્તો કર્યો, ઉપર ઉપરથી છાપામાં હેડલાઈન ન્યુઝ વાંચી લીધા. ઘરમાં બીજું કંઈ કામ નથી, મેડ બધુંજ ઘર કામ કરે એટલે ઘર કામની કોઈ ચિંતા નથી.ફ્રી થઈ એટલે તેને યાદ આવ્યુ લોન્ડ્રીમાં આપવાના કપડાં અલગ કરીને ગાડીમાં મુકાવી દઉં જેથી કામ સરળ પડે.એમ વિચારીને પોતાની બેડરૂમમાં જઈને ક્લોઝેટમાંથી હેંગર પરથી કપડાં ઉતારવા લાગી, પૂજા લોન્ડ્રી કરવાના કપડાં હમેશાં અલગ બીજી સાઈડે હેંગર પર રાખે એટલે બધા કપડાં ભેગા ન

થાય.ડોક્ટર છે એટલે વ્યવસાયમાં પોતાના કામમાં એકદમ વ્યસ્ત છે. છતાં પણ ઘરના દરેક કામ તેના ધ્યાનમાં હોય. ઘરનુ રાચ રચીલુ, ઘરની દરેક ગોઠવણી, ઘરની સજાવટનો ભારે શોખ ધરાવે છે. અને તેને કારણ ઘરની વ્યવસ્થા જાતે સંભાળે. આ બધા તેના શોખ પણ છે. કપડા અલગ કરતાં અચાનક તેની નજર ક્લોઝેટના સેલ્ફ પર પડી, જ્યાં ફોટોગ્રાફ્સના બધા આલ્બમ અને સી.ડી. મુકેલા હતા.કપડાં અલગ કરવાનુ કામ બાજુ પર મુક્યું અને બધા આલ્બમ ઉતારવા માટે તેણે તેની મેડ મારીયાને બોલાવી અને તેની મદદથી બધા આલ્બમ ઉતારીને લીવીંગ રૂમના કોફી ટેબલ પર મુકાવ્યા. વર્ષો પછીથી ફરી આજે તેને જુના ફોટોગ્રાફ્સ જોવાનુ મન થયુ.

એક પછી એક આલ્બમ જોવા લાગી અને એક આલ્બમ હાથમાં આવ્યુ, ફોટા જોતાં તેના આંખમાંથી અશ્રુ વહેવા લાગ્યા.પોતાની આજની હાલત પર તેને દયા આવી, જાણે અસહાય બની ગઈ.મારી આ હાલત માટે કોણ જવાબદાર ? પૂજાએ જીવનમાં દુખ ક્યારેય નથી જોયું, દુખ શું છે, દુખ કોને કહેવાય તેનાથી તે અજાણ છે.દુખની વાખ્યા પણ તેને ખબર નથી.વિચારે છે, હું ક્યાં આગળ ખોટી ઠરી?મારી શં ભુલ થઈ? તેની મને આટલી મોટી સજા મળી.શું આ મારા ખરાબ દિવસો ચાલુ થયા?શું આને જ દુખ કહેવાય?જે પરિસ્થિતી હ્રદય ચીરીને અસહ્ય વેદના

ઉભી કરે છે.ડેડી-મમ્મી તમે અત્યારે મને બહુજ યાદ આવો છો.તમારી પાસે હતી ત્યારે જ્યારે મને છીંક આવે તો પણ કેટલા ડોક્ટર ભેગા કરતા હતા.અત્યારે તમારી વ્હાલી દિકરીનુ હૈયુ ચિરાઈ ગયું છે દિલ ટુટીને તેના ટુકડે ટુકડા થઈ ગયા છે,અત્યારે તમારી લાડલી દિકરીને તમારી બહુજ જરૂર છે અને તમે મારી પાસે નથી. મમ્મી મારે તમારા ખોળામાં મારું માથુ મુકીને ઘણુ બધું, મન મુકીને રડી લેવું છે. ડેડી તમે આવીને મારા માથા પર વાત્સલ્ય અને મમતાનો હાથ ફેરવો જેથી મારું દુખ ઓછું થાય. પૂજા આક્રંદ કરી રહી છે,અત્યારે તેના મનની સ્થિતી,તેનુ દુઃખ કોઈ જોવા વાળુ નથી. દિલ દુખી, મન બેચેન, ન કોઈ ચીજમાં રસ. કહે છે ને કે જીવન ચક્ર ચાલતું જ રહે છે, સુખ પછી દુખ. મારા દુઃખના દિવસો ચાલુ થયા છે. હે પ્રભુ દુખ સહન કરવાની મને શક્તિ આપજો, મારુ માનસીક સમતુલન હુ સાચવી શકુ એવું આત્મબળ આપજો. જેથી મારા દુખની દરેક પરિસ્થિતીનો સામનો કરી શકું. મનની અંદર સવાલ જવાબ ચાલુ થયા.મનની અકળામણ વધી ગઈ. લાચાર છે કરે તો શું કરે? કોને કહે મનની વાત.

કોઈ પણ સ્ત્રી હોય તેનો પતિ પરલોક સીધાવે તો માથા પર આસમાન તુટી પડે અને પહાડ જેવું મોટુ દુખ આવી પડે અને અભાગી કહેવાય. તો જેનો પતિ હયાત હોય

છતાં પણ પત્નિને છોડીને બીજી સ્ત્રી સાથે લગ્ન કરે,ચાલ્યો જાય તે પણ એક બહુજ મોટું દુખ જ કહેવાય. પતિથી તરછોડાયેલી પત્નિ પલ પલ મરે, હર ક્ષણ મરે છે. જ્યારે પતિ-પત્નિએ પ્રેમ લગ્ન કર્યાં હોય ત્યારે તો વધારે દુખ થાય,તે સ્ત્રી નથી શાંતિથી જીવી શકતી તો નથી શાંતિથી મરી શકતી.જીવવું અસહ્ય બની જાય.એક હરતી ફરતી લાશ સમાન દીસે, અને જીવન જીવતી હોય.

પ્રેમ-પ્રીત-પ્યાર. આ શું છે? શું ખાલી બનાવટ છે? દુનિયામાં પ્રેમ જેવી વસ્તુ છે જ નહી? ખાલી સ્વાર્થ છે. સાચો પ્રેમ ક્યાં ખોવાઈ ગયો ? ક્યાં છે મારો પ્રેમ, મારી પ્રીત? આટલા વર્ષો વહી ગયા પ્રેમની પરિભાષા ન સમજાઈ? પ્રેમને લીધે,પ્રેમથી તો આખી દુનિયા ચાલી રહી છે.પ્રેમ ના હોય તો દુનિયામાં દરેક વ્યક્તિ ઘરની અંદર કે બહાર એકબીજા સાથે રહી ના શકે. એક પ્રેમ બંધન જ એવું છે જે દરેકને બંધનમાં સાથે બાંધી રાખે છે, અગર પ્રેમ ન હોય તો આ દુનિયા ટકી ના શકે.પૂજા તેની પોતાની જાત સાથે જ વાત કરીને જાતને જ સવાલ જવાબ કરવા લાગી, મનમાં વિચારે છે, પરમાત્મા આનંદ અને પ્રેમસ્વરૂપ છે. પરમાત્મા પ્રેમાનંદ સ્વરુપ હોવાથી આપણા દેહમાં બેઠેલ આત્મા પણ પ્રેમ સ્વરૂપ છે.પ્રેમ એ તો બે આત્માનુ મિલન કહેવાય. મેં જેને સાચા દિલથી પ્રેમ કર્યો તેનો આત્મા શું મરી ગયો? ના ના ગીતામાં શ્રી કૃષ્ણ

સહિયારુ સર્જન

કહ્યું છે, આત્માને કોઈ શસ્ત્રો છેદી નથી શકતા, આત્માને અગ્નિ બાળી શકતો નથી. પાણી પલાળી શકતું નથી,પવન સુકવી શકતો નથી. આત્મા અવિનાશી છે.તો પછી આ શું થઈ ગયું ? પૂજા પોતાની જાતને અનેક સવાલ કરે છે પરંતું તેની પાસે એક પણ સવાલનો જવાબ નથી. ફોટો આલ્બમ જોતાં જોતાં તે પોતાના અતિતમાં ખોવાઈ ગઈ.વહી ગયેલા બધા જુના પ્રસંગો તેની આંખ આગળ આવીને ઉભા રહ્યા.ચિત્રપટની જેમ એક પછી એક બધા પ્રસંગો આવતા ગયા અને પૂજા અતિતના વહેણમાં ડુબતી જ ગઈ.તેનો ભૂતકાળ વાગોળતી તે મુંબઈમાં આવી પહોચી.

આજે પૂજાની સાતમી જન્મ દિવસની વર્ષગાંઠ છે, પૂજાના પિતાએ બહુજ મોટી પાર્ટીનુ આયોજન કર્યું છે.પૂજા સાત વર્ષની થશે,સાત પુરા કરીને આઠમા વર્ષમાં પ્રવેશ કરશે. માતાની અતિ લાડકી દિકરી છે.તો પિતાના જીગરનો ટુકડો. તેના પગલે ઘરમાં લક્ષ્મી આવી હતી. પિતાને હિરાનો વેપાર હોવાથી એકદમ ધનાઢ્ય. અઢળક ધન-સંપત્તિના માલિક છે. પૂજાને પાણી માગતાં દુધ હાજર થાય છે. ઘરમાં નોકર-ચાકર, રસોઈ કરવા માટે રાજસ્થાની મહારાજ. પૂજા સુખ સહ્યબીથી મોટી થઈ રહી છે.આજે જ્યારે તેની જન્મ દિવસની વર્ષગાંઠ હોય ત્યારે તેના માતા-પિતા કોઈ કમી બાકી રાખે ? પૂજાને એક મોટો

ભાઈ છે તે દશ વર્ષનો છે, ભાઈની પણ લાડકી બહેના, ભાઈને પણ બહુજ વ્હાલી છે.

સવારે માતા-પિતાએ દિકરીને અતિ પ્યારથી વ્હાલ કરીને ઉઠાડી અને કહ્યું

"બેટા જય શ્રી કૃષ્ણ, અમારી વ્હાલી દિકરી, જન્મ દિવસની ખુબ ખુબ વધાઈ"

"Happy birthday"

"तुम जीयो हजारो साल ! साल के दिन हो पचास हजार"

પૂજા- "ઓ.... મમ્મી – ડેડી, જય શ્રી કૃષ્ણ, Thank you, I love you very much, you are my best mummy dady on the earth".

બસ બસ બેટા વી લવ યુ ટુ, અમને ચણાના ઝાડ પર ના ચડાવીશ. મમ્મી- ડેડીએ પૂજાને ગલે લગાવીને ચુમી લીધી. પૂજા બહુજ પ્યારી બધાને વ્હાલી લાગે એવી એકદમ સુંદર ઢીંગલી જેવી છોકરી છે, કોઈને પણ પરાણે વ્હાલી લાગે. બોલવામાં પણ ચબરાક, ભણવામાં હોંશિયાર ક્લાસમાં હમેશાં તેનો જ પહેલો નંબર આવે.

મમ્મી- "બેટા જલ્દી જલ્દી નાહી-ધોઈને પરવારી જાઓ

આજે ભગવાનના દર્શન કરવા, આશિર્વાદ લેવા માટે મંદિર જવાનુ છે".

પૂજા સીધી બાથરુમમાં જઈને બ્રશ કરીને નાહી લીધુ તૈયાર થઈને મમ્મી-ડેડીને પગે લાગી. તેને ડેડીએ ઉચકીને ચુમી લીધી અને મમ્મી-ડેડીના મુખમાંથી શબ્દો સરી પડ્યા, સદા સુખી રહો બેટા.આંખમાંથી હર્ષના આંસુની ઝરમર વર્ષા થઈ.આ જોઈને મમ્મીની આંખો પણ ભરાઈ આવી. મંદિરમાં પૂજાએ ભગવાનને પ્રાર્થના કરતાં માગ્યું હે પ્રભુ મને બહુ બધી બુધ્ધિ આપજો, મારે ખુબજ ભણવું છે, મમ્મી ડેડીએ તરત જ પુછ્યુ બેટા તેં ભગવાન પાસે શું માગ્યુ ?તું મોટી થઈને શું બનવા માગે છે ?

પૂજા – "મેં ભગવાન પાસે બહુ બધી બુધ્ધિ માગી, મારે મોટા થઈને ડોક્ટર બનવું છે".

મમ્મી,ડેડી - "બેટા ઈશ્વર તારી ઈચ્છા જરૂર પુરી કરશે અને અમારા પણ તને આશિર્વાદ છે, તું ચોક્કસ ડોક્ટર બનશે".

બંનેને નાદાન-ભોળી પૂજા આજે વધારે વ્હાલી લાગી.આખો દિવસ આનંદમાં વીતાવ્યો  સાંજે, તાજમહેલ હોટેલમાં પાર્ટીનુ આયોજન કરવામા આવ્યુ હતું. ધીમે ધીમે બધા મહેમાન આવવા લાગ્યા. પૂજા જેની રાહ જોતી હતી

તે તેનો ખાસ મિત્ર સત્ય તેના પરિવાર સાથે આવી પહોચ્યો. સત્યને જોઈને પૂજા ખુશ થઈ ગઈ.સત્ય અને પૂજાના પિતા ખાસ મિત્રો અને બંનેનો એકજ વેપાર હોવાથી બંને પરિવારનો સબંધ ગાઢ છે. સત્ય અને પૂજા બંનેના પિતાનો હિરાનો વેપાર છે.તેમના બાળકો પણ હળીમળી ગયા છે. બંને પરિવારના ઘર પણ નજીક બાજુ બાજુમાં રહેતા હોવાથી તેઓના બાળકો લગભગ સાથેજ રમે અને સાથે જ એકજ સ્કુલમા જાય છે.

પાર્ટીમાં સંગીત, ડાન્સ, ગેઈમો રમ્યા પછી કેક કાપી બધાએ ડીનર કર્યું. સત્ય અને પૂજાના પિતા સાથે જ હતા અને મહેમાનોની સ્વાગત સત્કાર કરતા હતા. ત્યાં સત્ય અને પૂજાને ખુશ જોઈને બંને બાળકોની જોડી સુંદર દેખાતી હતી, સત્યના પિતાને વિચાર આવ્યો, પુજાના પિતાને વાત કરી, મિત્ર આપણી દોસ્તી રીસ્તેદારીમાં બદલી નાખશું ?તારી પૂજાનો હાથ મારા સત્ય માટે માગું છું.પૂજાના માતા-પિતા તો સાંભળીને ખુશ થઈ ગયા. અરે દોસ્ત નેકી અને પુછ પુછ, આતો સોનામાં સુગંધ ભરવા જેવી વાત છે.જા દોસ્ત મેં તને વચન આપ્યુ બંને બાળકો મોટા થશે એટલે આપણે તેઓના લગ્ન કરાવી આપીશુ. સત્ય અને પૂજાએ સાંભળ્યુ લગ્ન શું છે એ બહુ ના સમજાય,ઢીંગલા ઢીંગલીના ખેલ સમાન લાગે. બંને જણા સાથે ઘર ઘરની રમત ઘણી વખત રમતા હોય છે, પરંતું

જાણીને એકદમ ખુશ થયા.સત્ય અને પૂજાની ઉંમરમાં કોઈ ઝાઝો ફરક નથી, સત્ય, પૂજાથી છ મહિના મોટો છે. બંને સરખી ઉંમરના છે.સત્ય અને પૂજા એકબીજા માટે બન્યા હોય એવું લાગે.ખુશી આનંદથી પાર્ટી સંપુર્ણ થઈ, બધા છુટા પડ્યા.

બીજે દિવસે સવારમાં પૂજાએ, તેને મળેલા  બધા ઉપહાર ખોલ્યા તેમાંથી નાના બાળકોને રમવા માટેનો ડોક્ટરનો સેટ હતો તે તેને બહુજ ગમ્યો,આતો તેનુ સ્વપ્ન છે. સેટ હાથમાં લઈને, તે નાચવા લાગી અને જોરથી બોલવા લાગી આ ડોક્ટરના સેટ સાથે હુ સત્ય સાથે ઘર ઘર રમીશ. હું બીજા કોઈની સાથે નહી રમુ. ખાલી સત્ય સાથે જ રમીશ, મોટા ભાઈ સાથે કે મારી સહેલીયો સાથે પણ નહી રમુ. સાંભળીને તેના માતા-પિતા હસવા લાગ્ય,ખુશ થયા, મનમાં વિચારે છે, હા બેટા તારે સત્યની સાથે જ જીંદગીની રમત રમવાની છે.મનથી અત્યારથી તૈયાર રહે તો વધારે સારૂં.

રક્ષાબંધનનો દિવસ નજીક છે. પૂજાએ તેના બધા ભાઈઓ માટે રાખડી ભેગી કરી. પૂજા તેના પિતરાઈ ભાઈઓને પણ પ્રેમથી હોશે હોશે રાખડી બાંધે છે. રાખડી ગણતી હતી અને સાંજના સત્ય રમવા માટે આવ્યો. સત્ય – “પૂજા શું કરે છે” ?

પૂજા – "સત્ય હું મારા ભાઈઓની રાખડી ગણીને અલગ કરું છું.મારા મોટા ભાઈને સૌથી મોટી અને સુંદર રાખડી બાંધીશ".

સત્ય –"પૂજા મારા માટે? મને કેવી રાખડી બાંધીશ ?મારા માટે સુંદર ખાસ રાખડી રાખી મુકજે."

પુજા – " અરે બુધ્ધુ તું તો મારો પતિ છે, મારો વર છે, તને ખબર નથી આપણા પિતાએ કહ્યું હતું મોટા થઈને આપણા લગ્ન થવાના છે.હુંતો અત્યારથી જ તને મારો વર માનું છું.વરને કોઈ રાખડી બાંધતુ હશે? વરને રાખડી ના બંધાય,તને આટલી પણ ખબર નથી પડતી? કેવો નાદાન-બુધ્ધુ પતિ મને મળ્યો છે, હે ભગવાન આનુ શું થશે?ભાઈને રાખડી બંધાય? તું તારી બેન પાસે રાખડી બંધાવજે. હું તો તારી પત્નિ છું સમજ્યો".

પૂજા અને સત્ય સાથે રમતાં, હોમ વર્ક સાથે કરે, તેઓની નોક ઝોક ચાલ્યા કરે. ધીમે ધીમે મોટાં થવા લાગ્યાં હવે સોળ વર્ષના થયા.દિવસો અને વર્ષો ક્યાં વહ્યા ગયા ખબર ના પડી. સત્ય અને પૂજા સમજદાર પણ થયાં છે. બાળપણમાં નાદાન હતાં, હવે ધીમે ધીમે બધું સમજાય છે.બાળપણની નાદાન હરકતો યાદ આવે તો બંનેને તે યાદ કરીને તેની ઉપર હસવું આવે છે.પૂજાનુ રૂપ કમળની પંખડીની જેમ ખીલવા લાગ્યુ. દિવસે દિવસે સુંદર દેખાય

છે.પૂજા તેના બંગલામાં જે બગીચો છે, તેમાં તેની સંભાળ માટે માલી જ્યારે પણ આવે ત્યારે પૂજા પણ તેની સાથે ફુલોને પાણી પીવડાવવા બેસી જાય કુંડામાં ખાતર નાખે, આમ તેને, બગીચામાં કામ  કરવામા બહુ આનંદ આવે છે.ઘરમાં પણ તેને કોઈ મના નથી કરતુ. જમવાનુ ટેબલ ગોઠવવુ ગમે.જમવાનુ ટેબલ પણ સુંદર રીતે સજાવીને તૈયાર કરી દે.ઘરમાં બધે ફુલદાનીમાં ફુલ સજાવીને પૂજા જ દરેક જગ્યાએ મુકે. આ બધા કામોમા તે એકદમ હોંશિયાર અને કુશળ છે.અને તેનો શોખ પણ છે.

તો સત્ય પણ ઘાટીલો દેખાવડો છે.સત્યને સ્કુલની અંદર ખેલ કુદમાં માસ્ટરી છે અને સાથે તેને સંગીતનો બહુજ શોખ છે, અને સ્કુલમાં સંગીતના ક્લાસ લઈને ગીટાર વગાડતાં પણ શીખ્યો સાથે વોકલ મ્યુઝીક પણ શીખ્યો એટલે સારું ગાઈ શકે છે. સ્કુલની હરિફાઈમા ઘણા ઈનામ જીતીને લાવ્યો છે.તે શેર, શાયરી અને ગઝલનો બહુજ શોખ ધરાવે છે. તેના પપ્પાએ તેને એક અલગ સંગીતનો રૂમ બનાવી આપ્યો છે તેમાં તે ગઝલ ગાયકોની સી.ડી. મ્યુઝીક સીસ્ટમ અને તેના બધા વાજીંત્રો રાખે છે અને ત્યાં જ રીયાજ કરે.સત્ય પણ સુંદર દેખાવ, જેમ જેમ ઉંમર વધે તેમ તેમ આર્કષક ઘાટીલો ભરાવદાર શસક્ત બાંધો, કોઈ પણ છોકરી તેના પર મોહિત થઈ જાય.સત્યને તેના પરિવારમાં તેનાથી નાની બે બહેન પણ છે.

સત્ય અને પૂજા હવે ૧૦ મા ધોરણની બોર્ડની પરીક્ષા માટે તૈયારી કઈ રહ્યા છે, તન તોડ મહેનત કરી રહ્યા છે. જેથી સારા ટકા મેળવીને પાસ થવાય.બંને ભણવામાં હોંશિયાર, કંઈ જોવાનુ નથી.વિજ્ઞાનના વિષય લીધા છે.પૂજા મેડીકલ લાઈન લેવાની છે એટલે સત્યએ પણ પૂજાને કહી દીધું પૂજા તું જે લાઈન લેશે તે જ હું લઈશ. આપણે સાથે જ ભણતા આવ્યા છીએ અને આગળ પણ સાથે જ ભણીશું.સત્ય અને પૂજા બંને મહેનત કરે એટલે તેઓના પિતાએ એક પ્લાન બનાવ્યો છે. અને બંનેને લાલચ આપી.સત્યને ઘરે તેના માતા-પિતાએ ડીનરનુ આયોજન કરીને બંને પરિવાર ભેગા થયા ત્યાં આગળ બંનેના પિતાએ જાહેર કર્યું. સત્ય અને પૂજા તમારે બંનેએ સારા માર્ક્સથી પાસ થવાનુ છે,કેમકે તમારે મેડીકલ લાઈન લેવાની છે,તેના માટે, કોલેજમાં એડમીશન લેવા માટે બહુજ વધારે ટકા જોઈશે, તો જ એડમીશન મળશે. જો તમે બંને જણા સારા ટકાએ પાસ થશો તો રજાઓમાં અમે તમને યુરોપ ફરવા માટે લઈ જઈશુ, આપણે બંને પરિવાર સાથે જઈશું. સાંભળીને બધા જ ખુશ થઈ ગયા. બધાં ભાઈ બેન તો ઝુમી ઉઠ્યા.ઘરમાં ખુશીનુ વાતાવરણ છવાઈ ગયું.

સત્ય અને પૂજા, સર્વ ગુણ સંપન બંને જાણે એક બીજા માટે બન્યા હોય એમ લાગે.સોળમા વર્ષમાં પ્રવેષેલા

હોવાથી, તેઓની મસ્તી ઓછી થઈ, એક બીજા સાથે વાત ચીત કરવાની ઢબ બદલાઈ ગઈ.બંને હવે એક બીજા માટે કંઈ જુદો જ અહેસાસ,અનુભવે છે,પરંતું કંઈ સમજી નથી શકતાં આવું કેમ થઈ રહ્યું છે. અત્યારે તો પરીક્ષાની તૈયારી માટે મહેનત કરી રહ્યાં છે. આખુ વર્ષ જી જાન લગાવી મહેનત કરી ,બોર્ડની પરીક્ષાનો સમય આવી ગયો. પરીક્ષા આપી. મહેનત બહુજ કરી અને પોતે બંને હોંશિયાર પણ છે,બંનેની બુધ્ધિ ભણવામાં તેજ છે, એટલે પરીક્ષા પેપર્સ તેઓને એકદમ સહેલા લાગ્યા, બહુજ સારી રીતે સત્ય અને પૂજા પેપર્સ લખીને આવ્યા.બંનેને આશા છે ઘણા સારા માર્ક્સથી ચોક્કસ પાસ થવાના છે. તેઓના માતા-પિતાને પણ ખાત્રી છે, સારા માર્ક્સથી પાસ થશે અને મેડીકલ કોલેજમાં એડમીશન પણ નક્કી મળવાનુ જ છે. સત્ય અને પૂજાના માતા-પિતાએ બંને માટે બહુ ઉંચા સ્વપ્ન જોયા છે.સમય આવે ખબર પડશે. માતા-પિતાએ તેઓ માટે શું સપના સેવ્યા છે.

પરીક્ષા પુરી થઈ,પતી ગઈ અને રજાઓ શરુ થઈ,એટલે હવે યુરોપ ટુરનો જે પ્લાન બનાવ્યો હતો તેનો સમય આવી ગયો. બધાજ જવા માટે ઉત્સાહીત છે.સત્ય અને પૂજાના પરિવાર યુરોપ જવા નીકળ્યા.મુંબઈથી બ્રીટીશ એરવેઝના હવાઈ જહાજમાં બેસીને લંડન પહોચ્યા.લંડનમાં સગા વ્હાલા રહે છે પરંતું કોઈને અડચન

ન પડે, કોઈને તકલીફ ન આપવી એમ વિચારીને હોટેલનુ બુકીંગ કરાવેલુ હોવાથી ટેક્ષીથી સીધા હોટેલમાં ગયા. હોટેલમાં પાંચ રૂમ બુક કરાવી હતી.રજાઓ છે એટલે સમય તો ઘણો જ છે,સાથે સાથે પૈસાની કોઈ ફિકર નથી.એટલે અહિંયા આવીને (Eurail Tours) ટ્રેનનુ યુરોપ ટુરનુ બુકીંગ કરાવી લીધું.જેથી ફરતા ફરતા સીન સીનેરી જોતાં બધા શહેર જોઈ શકાય અને સાથે સાથે કુદરતી સૌંદર્ય માણી શકાય. બે પરિવાર સાથે છે, એટલે મોજ મસ્તી કરતા જવાનુ છે.સત્ય અને પૂજાના પિતાને તેઓના ધંધાનુ,અગત્યનુ કામ હોવાથી તેઓ બેલજિયમ જશે.મુંબઈમાં તેઓ હિરાના હોલસેલ વેપારી છે.બંનેને અવાર નવાર બેલજિયમ આવવાનુ થાય છે.પરિવાર માટે ટુરની સગવડ કરીને તે બંને પોતાના કામ માટે બેલજિયમ જવા રવાના થયા.અને આ લોકો ટ્રેનમાં બેસીને નીકળ્યા.એક પછી એક, રોમ,ઈટલી પેરિસ,વેનીસ વગેરે જગ્યાઓએ ફર્યા, સ્વીઝરલેન્ડ આવી પહોચ્યા. બસમાં સાઈડ સીન જોવા માટે નીકળ્યા.જાણે ધરતી પર સ્વર્ગ ઉતરી આવ્યુ.સત્ય અને પૂજા તેઓનુ રોમ રોમ પુલકિત થઈ ઉઠ્યુ.બંનેને કંઈ જુદો રોમાંચ થાય છે. મનમાં એક બીજા માટે તડપ જાગી, હૈયુ હાથમા નથી. દિલ જોરથી ધડકવા લાગ્યુ. સત્યએ આજુ બાજુ જોઈ લીધું બધા દુર છે અને પુજાને બાહોમા લઈને પુછ્યું, પૂજા હું જે

સહિયારુ સર્જન

મહેસુસ કરું છું. તે તું પણ મહેસુસ કરે છે? પૂજાના નયન ઝુકી ગયા, ગાલ પર શરમના શેરડા પડ્યા,ગાલ પર લાલી છવાઈ ગઈ.ગુલાબી હોઠ સ્મિતથી ખીલી ઉઠ્યા.સત્ય અને પૂજાના દિલ એક સાથે તેજ રફતારથી ધડકી રહ્યાં છે.

સત્ય ભાવાવેશમાં પ્રેમથી બોલ્યો- "પુજા આઈ લવ યુ વેરી મચ, ડુ યુ " ?

પૂજા- "આઈ લવ યુ ટુ".

સત્યએ પુછ્યું- "શું આનુ નામ પ્રેમ છે.આને જ પ્યાર,પ્રીત કહેવાય ? કેટલો બધો સુંદર અહેસાસ છે.જ્યાં એક બીજામાં સમાઈ જવાનુ મન થાય'.

સત્ય અને પૂજાએ પોતાના પ્રેમનો એકરાર કર્યો અને તે પણ ક્યાં? સ્વર્ગ સમાન આ ધરતી ! તેનુ મન મોહક વાતાવરણ ! બે જુવાન હૈયા કેવી રીતે કાબુમાં રહી શકે વર્ષોથી દબાવી રાખેલ પ્યાર જ્વાળામુખી બની ઉભરી આવ્યો.સત્ય અને પૂજાનો નાદાન પ્રેમ હવે પ્રીત બની દિલમાં ધડકી રહ્યો છે.

# પ્રકરણ-૨ ઉગી પ્રીત આથમણે કોર - હેમાબહેન પટેલ

તેરથી સોળ વર્ષની ઉંમર એવી છે, જો બાળકોને સરખુ માર્ગદર્શન ન મળે તો બાળકો રાહ ભુલીને ભટકી જવાનો સંભવ છે.યુવાનીમાં પ્રવેશ કરે એટલે શરીરનો વિકાસ થતો હોય, શરીરના વિકાસને લીધે શરીરમાં બદલાવ આવે, સાથે સાથે તેઓની બુધ્ધિ અને વિચારોમાં પણ બદલાવ આવે.પોતાને તે વખતે સમજણ ના પડે શું સાચું છે, અને શું ખોટુ છે.મનની અંદર દ્વીધા ચાલતી હોય.યુવાનીનો જોશ ભરપુર હોય, એટલે ઘણી વખત ખોટી રાહ પર ચાલે.આ વખતે જ તેઓને સાચા માર્ગદર્શનની જરૂર હોય છે. દિકરો હોય કે દિકરી તેની સાથે માતા-પિતાએ એક મિત્ર બનીને પ્રેમથી સમજાવવાની જરૂર છે. સંતાનને માતા-પિતાનો સાથ જરૂરી છે.

પ્રેમ અને શિક્ષણ એ જીવનના અતિ આવશ્યક પહેલું છે,જીંદગીમાં સુખી જીવન જીવવા માટે પ્રેમ જરૂરી છે તો શિક્ષણ પણ એટલું જ અનિવાર્ય ગણાય. પંદર સોળ

વર્ષની ખાસ ઉંમર છે જ્યાં આગળથી જીવન માર્ગ નક્કી કરવાનો હોય, જીવનના આ પડાવ પર મુખ્ય બે પાસા છે પ્રેમ અને શિક્ષણ, બીજા પાસા પછીથી આવે છે.

સત્ય અને પુજા તેઓને આ ખાસ પડાવ પર તેમનો ધ્યેય અને માર્ગ બંને મળી ગયા અને માતા-પિતાનુ યોગ્ય માર્ગદર્શન પણ મળી ગયું. ખાત્રી છે તેઓ તેમની રાહ નથી ભટકી જવાના.તેમનુ જે લક્ષ્ય છે તે પાર કરશે.પરિવારની સંમતિ છે કોઈ રોક ટોક નથી એટલે તેઓની પ્રેમની,પ્યારભરી રાહમાં આગળ તેઓ નથી પાગલ થવાના કે નથી આંધળા થવાના. જ્યારે પરિવારની રજામંદી ન હોય અને એક છોકરો છોકરી પ્રેમમાં પડે ત્યારે તેઓ ચોરી છુપીથી મળવાનો પ્રયત્ન કરે.પરિવારની સમાજની પરવા કર્યા વીના પ્રેમી બે યુવાન હૈયાં, જે હરકતો કરે ત્યારે આપણે બોલીએ પ્રેમ આંધળો છે,પ્રેમમાં પાગલ થઈ ગયા છે, અને ત્યારે આ બધા ધાંધીયા થતા હોય છે.જ્યારે સત્ય અને પૂજાની સાથે આવું કંઈ બનવાનુ નથી. પરિવારની રજામંદી છે, એટલે ત્યાં આગળ પ્રેમમાં, તેમની પ્રીત કરવાની રીતમાં વિવેક અને મર્યાદા ચોક્કસ હશે.

સત્ય અને પૂજાના હ્રદયમાં પ્રેમના બીજ બાળપણથી રોપાયા હતા.અત્યારે તેની કુંપળો ફુટી ઉગી છે. આ કુપળોને ઉચ્ચ પ્રકારના ખાતર પાણી મળી રહ્યા છે. આ પ્રીત સ્વરૂપ છોડ હર્યો ભર્યો થઈ તાજગીથી ઉછાળા મારી રહ્યો છે.ઝુમી રહ્યો છે.ઉગવાને થન થન નાચી રહ્યો છે.યુરોપની વાદીયોમાં, મન મોહક સુંદર દ્રષ્યો, પ્રલોભન આપતું નૈસર્ગીક સૌન્દર્ય વાતાવરણ, સ્વર્ગ સમાન આ કુદરત,ધરતી અને ઉપરથી આ જવાની, આ બે યુવાન હૈયાંની શું હાલત થાય? હજુ હમણાં તો સમજ્યાં છે પ્રીત. પ્રીતનો મીઠો અહેસાસ કર્યો છે. સ્વર્ગ સમાન ધરતી પર પ્રીત પાંગળી છે.આ ધરતી પર પ્રીતનો અહેસાસ થયો.

પૂજા જે હમેશાં ઘણું બધું બોલ્યા કરતી તે હવે ચુપ રહેતી, તેની નજર હમેશાં કંઈ શોધતી હોય છે. જબાન ખામોશ થઈ તો દિલ વ્યાકુળ બન્યુ, મનમાં તડપ અને ઈન્તજાર વધી ગયાં છે. સત્યની એક ક્ષણની દુરી પૂજાથી સહન નથી થતી છતાં પણ તેની વ્યાકુળતા છુપાવવાની કોશીશ કરીને તેના પ્રેમની મર્યાદા જાળવી રાખે છે. સત્યની પણ એ જ હાલત છે.સત્ય સમજદાર છે તે એવી કોઈ પણ હરકત નથી કરતો જેથી તેઓની

સહિયારુ સર્જન

પ્રીત પર લાંછન લાગે. સત્ય અને પૂજા બંનેના પ્રેમમાં વિવેક અને મર્યાદા છે.બસ બંને એક બીજાનો સાથ ચાહે છે.. વિચારે છે.. વધારે સમય તેઓ સાથે વીતાવે, એક બીજાને પ્યારની હુંફ મળતી રહે.

યુરોપ ટુરની સૌએ મન મુકીને મઝા માણી એક મહિનો ક્યાં પુરો થયો ખબર ન પડી, હવે ઘર પાછા જવાનો સમય આવી ગયો. મુંબઈ પાછા આવ્યા. દશમા ધોરણની પરીક્ષાનુ રીઝલ્ટ નજીક આવ્યુ. પૂજા મુંબઈ આવી પરંતું હજુ પણ જાણે યુરોપની વાદીયોમાં ફરી રહી હોય એવું એને લાગે છે.સત્ય સાથે વીતાવેલી ક્ષણો યાદ કરીને રોમાંચ અનુભવતી, વિચાર કરે છે, મારા જીવનની આ યાદગાર સોહામણી ક્ષણો હુ જ્યાં સુધી જીવીશ ત્યાં સુધી મને યાદ રહેશે.જીંદગીમાં હું ક્યારેય આ પળો નહી ભુલું, હમેશાં મને યાદ રહેશે. સત્યની મને ખબર નથી તેને આ ક્ષણો યાદ રહેશે કે નહી. મેં સાંભળ્યુ છે અને વાંચ્યુ પણ છે.૮૦% પુરુષો એવા હોય છે જેને એક સ્ત્રીથી સંતોષ નથી થતો.પુરુષો ભ્રમર સમાન હોવાથી જેમ ભ્રમર ફુલમાંથી રસ ચુસવા માટે એક ફુલ પર બેસે તેને તૃપ્તિ ન થાય એટલે એક ફુલ પરથી ઉડીને બીજા ફુલ પર બેસે.બીજા ફુલમાંથી રસ ચુસે.

20

## ઉગી પ્રીત આથમણે કોર

ભમરો કોઈ દિવસ એક ફુલ પર ન બેસી રહે.ભમરો કમળની અંદર રસ ચુસવા માટે બેઠો હોય કમળના રસમાં એટલો બધો મસ્ત બની મદહોશ બની જાય અને તેમાં જ બેસી રહે. અને જ્યારે રાત્રે કમળની પાંખડીઓ બંધ થઈ જાય ત્યારે,આખી રાત બંધ રહેવાથી તેની હાલત મુર્છીત થઈ જાય. સવારે કમળની પાંખડીઓ ખુલે ત્યારે ભમરો મુર્છીત અવસ્થામાં હોય. તેવીજ રીતે કોઈ પુરુષ પોતાની પત્નિને છોડીને, અથવા તો પત્નિ સાથે હોવા છતા બહાર બીજી સ્ત્રીઓ સાથે સબંધ રાખતો હોય, તેને જો કોઈ એવી સ્ત્રી ભટકાઈ જાય તો આવા પુરુષને પાયમાલ કરીને છોડે, તેને બરબાદ કરી દે. ત્યારે તેની હાલત આ ભ્રમર જેવી થાય.

પૂજા વિચારે છે,ભવિષ્યમાં સત્ય કેવો હશે અત્યારે ખબર ન પડે,પૂજા મનમાં બબડી, પોતાની જાત સાથે વાત જ કરવા લાગી અરે પૂજા પૂજા ! આ તું કેવો વિચાર કરે છે હમણાં તો પ્યારની દુનિયામાં પહેલો પગ મુક્યો છે.પૂજા હકારાત્મક વિચારો રાખ. હમેશાં સારુ વિચારતાં શીખ.અત્યારે તો તારા સત્યને બીજા જે ૨૦% પુરુષો છે તેમાં મુકી દે.૮૦ % પુરુષોનુ અત્યારે ના વિચારીશ.આપણે જાણીએ છીએ ઘણી વખત એવું

બનતું હોય છે ભવિષ્યમાં જે ઘટના ઘટવાની હોય તેના માટે તેનો સંકેત થતો હોય, અથવા તો એ માટેના ખોટા વિચાર આવતા હોય.

આજે પરીક્ષાનુ રીઝલ્ટ આવી ગયું સત્ય અને પૂજા એકને ૮૭% આવ્યા તો બીજાને ૮૮% સાથે પાસ થઈ ગયાં. કોલેજમાં એડમીશન શરુ થયા એટલે સત્ય અને પૂજાના પિતાએ, સોમૈયા કોલેજમાં એડમીશન કરાવી લીધું. અત્યાર સુધી સ્કુલમાં હતા પરતું હવે કોલેજમાં થોડુ જુદુ વાતાવરણ લાગે છે. બંનેના ક્લાસ એક હોવાથી, .પૂજા અલગ કારમાં આવે છે અને સત્ય તેની કાર લઈને આવે છે. બંનેના ડ્રાયવર કોલેજ પુરી થાય ત્યાં સુધી રાહ જોઈ બેસી રહે છે. બંને જણા કોલેજની કેન્ટીનમાં સાથે જ નાસ્તો કરે, લાયબ્રેરીમાં પણ મળતાં હોય, પોત પોતાનુ વાંચવાનુ અને રીસર્ચ સાથે કરે, પ્રેક્ટીકલ વખતે લેબમાં સાથે ભેગા થઈ જાય.આમ એક ક્લાસ હોવાથી સાથે જ હોય. સત્ય ધીમે ધીમે પૂજા તરફ રોમાંટીક થતો જાય છે.તેની પ્રીત વધારે ઉછાળા મારે તે સ્વભાવીક છે.તેઓને બહાર ફરવા જવુ હોય પરંતુ હવે ભણવામાંથી બીલકુલ ફુરસદ નથી મળતી એટલે સત્યની મનની વાત મનમાં જ રહી જાય છે.સત્ય મનમાં

વિચારે છે, પૂજા પર પ્યારની મોટી વર્ષા વરસાવી દઉં પરંતું કેવી રીતે તેના માટે સમય ઓછો પડે છે.કોઈ તહેવારની કોલેજમાં રજા હોય તો તે લોકો અવશ્ય નજીક ક્યાંક બહાર જવાનો પ્રોગ્રામ બનાવે. બહાર મળે ઘરની અંદર વધારે ડીસ્ટર્બ થાય.મુંબઈ શહેર એવું છે જ્યાં ફરવા માટે,સમય પસાર કરવા માટે ઘણા બધા સ્થળ,જગ્યાઓ છે. ગમે ત્યાં જઈ શકાય.મુંબઈમાં દરિયો અને બીચ વધારે છે એટલે બીચ ઉપર જ્યાં આગળ ગાડી પાર્ક કરીને બેસી શકાય એવી જગ્યા પસંદ કરી ગાડીમાં બેસીને જ પ્યારભરી વાતો કરી લે.સત્યને એકાંત જોઈતું હતુ, તે પૂજા સાથે વાત કરી શકે એટલા માટે સત્યએ ડ્રાયવર પાસે દરિયા કિનારે ગાડી પાર્ક કરાવી, ડ્રાયવરને પૈસા આપ્યા અને કહ્યું

" लो रखो ए पैसा और जाओ तुम खाना खाके आओ. "

સત્ય અને પૂજા દરિયા કિનારે ગાડીમાં બેઠા.

સત્ય –" પૂજા આજે એક વસ્તુની માગણી કરું આપીશ?"

પૂજા " હા બોલ સત્ય તારા માટે મારી જાન હાજર છે"

સત્ય- "પૂજા મને એક પપી આપને"

પૂજા " જા જા પાગલ થયો છે, મોટો આવ્યો પપી માગવાવાળો, કોઈ જુવે તો શું કહે"

સત્ય – " હમણાં તો કહેતી હતી તારે માટે જાન હાજર છે, હવે શું થયું ? આજુબાજુ નજર કર ઘણાં બધાં પ્રેમી પંખીડાં આ કામ તો કરી રહ્યાં છે."

પૂજા – "ના, હમણાં કંઈ નહી, બીજાને જે કરવું હોય તે કરે આપણે બીજાનુ નહી જોવાનુ, આપણા લગ્ન થઈ જાય પછી બધી વાત અત્યારે એ બધુ ખોટું કહેવાય".

સત્ય – "લગન તો ક્યારેય થશે ત્યાં સુધી શું મારે રાહ જોવાની ?"

પૂજા- "હા તારે રાહ જોવી જ પડશે".

સત્ય- પૂજા તારા મનમાં આવી કોઈ ઈચ્છા નથી થતી ? અને સત્યએ પૂજાને પોતાની બાહોમાં સમેટી.

પૂજાના દિલમાં જાણે વીજળીનો જોરદાર ઝટકો વાગ્યો

અને પૂજા સત્યની બાંહોમાંથી ખસી ગઈ. પૂજાએ સત્યને કહ્યુ "તારે આવુ બધુ કરવુ હોય તો હું તારી સાથે ફરીથી કોઈ દિવસ નહી આવુ."

સત્ય- "હેં પૂજા તું સાચું બોલે છે? તારા દિલ પર હાથ મુકીને ફરીથી બોલ તો હું માનુ".અને પૂજા નત મસ્તક બનીને બેઠી.

પૂજા-"સત્ય તને શું કહું દિવસે દિવસે તું રોમાંટીક થતો જાય છે".

સત્ય- હું શું કરું ભગવાને, તારી સાથે રોમાન્સ કરવા માટે તો મને મોકલ્યો છે. ઉપર જઈશ ત્યારે ભગવાન મને પુછશે મેં તને ધરતી પર મોકલ્યો ત્યાં આગળ શું કરીને આવ્યો?પ્રેમ કર્યો કે નહી? રોમાન્સ કર્યો કે નહી? હુ ના પાડીશ તો ભગવાન મને ફટકારી નાખશે".

પૂજાએ સત્યના મોઢા ઉપર હાથ મુકી દીધો અને બોલી, "ઉપર જવાની વાત ભુલથી પણ ફરીથી ના કરીશ. મારા દિલની હાલત શુ થાય છે તેનો જરા પણ વિચાર તને આવે છે.તુ વધારે પડતો રોમાન્ટીક અને મસ્તીખોર

થઈ ગયો છે, મારા હાથનો માર ખાવાની જરૂર છે, માર પડશે એટલે સીધો થશે."સત્યએ તરત જ પૂજાની આગળ તેનો ગાલ ધર્યો અને કહ્યું લે મને માર, તને છુટ છે. પૂજાએ હળવી ચુમી લીધી અને સત્યએ ફરીથી પૂજાને તેની બાહોમાં જકડી લીધી.બંને ઉના સ્વાસના ધબકારામાં એક થઈને તેમના દિલ એક સાથે ધબકી રહ્યાં છે.આ ધડકન રોમ રોમમાં પ્રસરી ગઈ.

સત્ય અને પૂજાના પરિવારને અણસાર થઈ ગયો, સત્ય અને પૂજાના વર્તનમાં બદલાવ આવ્યો છે, હમેશાં સાથે રહેવા વાળા આખો દિવસ ઝઘડા કરતાં આ લોકો હવે ચુપ કેમ થઈ ગયાં? બંને હવે એક બીજા સામે શરમાય છે અને પૂજા તો ખાસ. છોકરી છે ને, શરમ એતો સ્ત્રીનુ આભુષણ ગણાય.શરમાતી સ્ત્રી હમેશાં શોભી ઉઠે છે.તેના મોઢા ઉપરની શરમ તેના મનના ભાવ છે.મનની ઘણી બધી વાત કહી દે.કોઈ તેને આ બાબતે સવાલ કરે તો પૂજા આછુ સ્મીત આપીને ચુપ થઈ જાય છે. વધારે કંઈ બોલતી નથી.નવી નવી પ્રીત છે, બોલે તો શું બોલે? જે કહેવાનુ છે બોલવાનુ છે એ સત્યની સાથે બોલશે.સત્ય અને પૂજાએ મનની અંદર એક બીજા માટેના પ્રેમભાવ ભરી રાખ્યો છે, પ્રેમરસ અંગ અંગમાં વહી રહ્યો

છે.તેઓનો પ્રેમરસ, શબ્દ બની નયનમાં છલકીને નયનોની ભાષા બોલાય, તો કોઈ વખત પ્રેમરૂપી શબ્દો,ફક્ત હોઠ પરનુ મધુર સ્મીત બોલે, તો કોઈ વખત તેમનો સુંવાળો સ્પર્ષ બોલે, તો કોઈ વખત તેમના મુખ દ્વારા પ્રેમરસ ગીતસ્વરૂપે, કવિતા, કાવ્ય, શેર સાયરી ગઝલ સ્વરૂપે શબ્દ બની પ્રગટ થાય.

આજે રજાનો દિવસ છે અને બંને પરિવાર પૂજાને ઘરે સવારથી જ ભેગા થયા છે. બધા જ પોત પોતાની કંપની શોધીને એક બીજા સાથે વ્યસ્ત થઈ ગયા. બપોરે બધા છોકરાંઓ ભેગા થઈને કેબલ પર કભી કભી મુવી ચાલતી હતી તે જોવા બેઠા.મુવીમાં ચાલતા સીન જોઈને પૂજાએ સત્યને ધીમેથી કાનમાં કહ્યું "સત્ય બરાબર જોઈ લે તારે, મારે માટે પણ આવી શાયરી કરીને મારા રૂપના વખાણ કરવા પડશે.પૂજા અતિ સુંદર એક હિરોઈન જેવી દેખાય છે.પૂજા રૂપની સાથે સાથે ગુણ પણ ધરાવે છે,સર્વગુણ સંપન્ન કહી શકાય.તો સત્ય પણ ફાંકડો જવાન,સશક્ત ભરાવદાર બાંધો,દેખાવડો તે પણ હિરો જેવો જ દેખાય છે.જીમમાં નિયમીત કસરત કરવા માટે જાય છે.કોઈની પણ નજર લાગી જાય એવી બંનેની જોડી ભગવાને બનાવી છે.જાણે એક બીજા માટે

જ બન્યા હોય એવું લાગે.કોલેજમાં એક વર્ષ પુરુ થઈ ગયું અને રજાઓ ચાલુ થઈ. સત્ય અને પૂજા પાસે હવે સમય છે.

પૂજાની મમ્મી – "પૂજા બેટા રજાઓ છે, તને ઘણોજ સમય મળે છે, અને હમણા મહારાજ પણ છુટ્ટી લઈને તેમના દેશમાં ગયા છે. એટલે હુ તને રસોઈ કરતાં શીખવાડું.અને ખાસ વ્યંજન શીખવા માટે તું બહાર પણ કુકીંગના ક્લાસ જોઈન્ટ કરી લે, જેથી રસોઈ બનાવતા શીખી જાય. રસોઈ બનાવવી એ પણ કળા છે. મને ખબર છે તારે સાસરે પણ રસોઈ બનાવવા માટે મહારાજ છે.પરંતુ દરેક છોકરીઓએ રસોઈ બનાવતાં શીખવું જ જોઈએ."

પૂજા- "ભલે મમ્મી, જેવી તમારી ઈચ્છા તમે કહેશો એમ કરીશ, હું તો આજથી જ તૈયાર છુ."

પૂજાએ એક પછી એક વાનગી શીખવાની ચાલુ કરી અને કુકરી ક્લાસ પણ ચાલુ કર્યા. તેને જુદા જુદા વ્યંજન બનાવવા ગમે છે, રસોઈ બનાવવામાં ખુબજ આનંદ આવે છે.કંઈ પણ નવું વ્યંજન બનાવે એટલે

ઉગી પ્રીત આથમણે કોર

પૂજા સત્યના પરિવારને જમવા માટે આમંત્રણ આપે બધા ખુશી ખુશી હોંશથી પૂજાના હાથની રસોઈ ખાઈને દર વખતે તેને અભિનંદનની સાથે સાથે કોઈને કોઈ ભેટ પણ અવશ્ય મળે.પૂજાનો ઉત્સાહ બમણો થઈ જાય, અને ખુશ થઈ જાય.

સમયનુ વહેણ તો અવીરત વહેતું રહે છે,. સમય ઓછો મળે છે. છતાં પણ રજાનો દિવસ હોય ત્યારે રેસ્ટોરન્ટમાં સાથે ડીનર કરવા જવામા કે બહાર ફરવા જવા માટે એક પણ મોકો હાથમાંથી જવા નથી દેતા. બંને જણાએ હવે ડ્રાઈવીંગ લાયસન્સ પણ લઈ લીધુ છે, એટલે ડ્રાયવરની પણ જરૂર નથી, જાતે જ ડ્રાઈવ કરીને કોલેજ જાય છે.સાથે સાથે છે પરંતું પૂજાએ સત્ય માટે એક લક્ષ્મણ રેખા ખેચી રાખી છે જેથી સત્ય તેની હદ પાર ન કરી શકે, નહીતો રોમાન્સ કરવામાં સમય વેડફી નાખે તો ભણવાનુ બાજુ પર રહી જાય. તેમનુ લક્ષ્ય, તેમનુ સ્વપ્ન પુરુ ન થાય.

આજે બંને પાર્કમાં બેઠા છે, સત્યએ પૂજાને વાત કરી પૂજા મારી એક વસ્તુની ઉધારી તારી પાસે બાકી છે, ક્યારે પાછી આપીશ? મેં તારી પાસે માગી છે હજુ સુધી

તેં મને તે આપી નથી. આજે આપીશ?

પૂજા – "સત્ય તું શેની વાત કરે છે મને સમજણ નથી પડતી."

સત્ય – " પૂજા તું બહુજ ભોળી છે,પ્રીતની એક પણ રીત તું નથી જાણતી, કંઈ વાંધો નહી, ધીમે ધીમે હું તને બધું શીખવાડીશ."

સત્ય એકદમ મુડમાં આવી ગયો, રોમાંન્ટીક થઈને ગાવાનુ ચાલું કર્યું.

" तुम कमझीन हो, नादा हो, नाजुक हो...

भोली हो,सोचताहुं मै के तुम्हे प्यार ना करुं."

પૂજા ગાયન સાંભળીને ખુશ થઈ ગઈ.સત્યનો આવાજ સુરીલો અને મીઠો છે કોઈને પણ સાંભળવું ગમે.સત્ય પૂજાને પ્યારના મુડમાં લાવવાની કોશીશ કરે છે.

સત્ય – "જાનુ માય સ્વીટ હાર્ટ હું તો ખાલી એક પપી માગું છું ખબર નહી તું ક્યારે આપશે? હવે તો આપણે

મોટા થઈ ગયાં છીએ."

પૂજા –"ધીરજ રાખ મારા રોમિયો, સમય આવે તને બધું મળશે, ધીરજના ફળ હમેશાં મીઠાં હોય".

સત્ય અને પૂજાના પિતાના કોમન મિત્ર છે તેમની દિકરીના લગ્નની રીસેપ્શન પાર્ટી છે.ત્યાં આગળ બંનેના પરિવાર ભેગા થયા. પૂજાએ ઈન્ડિયન ચોલી ડ્રેશ પહેર્યો છે, સાથે મેકઅપ, હાથમાં ચુડિયાં,માથે બિંદી, હેર સ્ટાઈલ, પરી જેવી અતિશય સુંદર રૂપ રૂપના અંબાર સમી દેખાય છે.સત્ય તેને જોઈને જોતો જ રહી ગયો અને દંગ થઈ ગયો તેના મોઢામાંથી તો શબ્દો સરી પડ્યા " તુજે દેખા તો ઐસા લગા.."

" સત્ય આજે તારી જાતને સંભાળ, આ પૂજા, તેની કાતીલ અદાથી આજે તને મારી નાખશે,મારી નહી નાખે તો ઘાયલ તો અવશ્ય કરશે. તેમાંથી તું કેવી રીતે બચીશ?આજે તારી જાતને કેવી રીતે કંટ્રોલમાં રાખીશ આજે ચાંદની જો ધરતી પર ઉતરી આવી છે."

બધાની નજર પૂજા પર છે અને પૂજાની નજર સત્યને

શોધે છે.પૂજાની ઈચ્છા છે આજે તેના સ્વરૂપના ગુણગાન સત્યના મોઢે થાય.સત્ય તો તે તકના, મોકાની રાહ હમેશાં જોતો હોય.સત્ય પૂજાનુ રૂપ જોઈને આજે પ્રેમમાં મદહોશ થઈ ગયો, સત્યએ માઈક હાથમાં લઈને શરું કર્યું

" ये कौन आ गई दिलरुबा महेकी महेकी

फिजा महेकी महेकी हवा महेकी महेकी"

જોરમાં તાલીઓનો ગડગડાટ ચાલુ થયો.બધાએ વન્સ મોર કહ્યું એટલે સત્યએ તે ગીત રીપીટ ના કર્યું બીજુ ચાલુ કર્યું

"तुमको देखा तो ये खयाल आया

जींदगी धूप, तुम घना साया"

પુરુ વાતાવરણ સંગીતમય બની ગંજી ઉઠ્યું.પાર્ટીમાં ચાર ચાંદ લાગી ગયા.

પૂજા અને સત્યના સ્વપ્ન પુરા થવાનો આજે દિવસ છે.

ઉગી પ્રીત આથમણે કોર

આજે બંનેના M.B.B.S.નુ ગ્રેજ્યુએશન કોલેજમાં છે બંનેને ડીગ્રી પ્રાપ્ત થવાની છે. બંનેના પરિવારનો અત્યંત ખુશીનો દિવસ છે. પૂજા અને સત્યની ખુશી સમાતી નથી. કોલેજના ગ્રેજ્યુએશન સમારંભમાં પરિવારના બધા જ સદસ્યો હાજર હતા.પોતાના બાળકોને ડોક્ટરની ડીગ્રી લેતાં જોઈને બંનેના માતા-પિતાના આંખમાંથી હર્ષના આંસુ ખુશી બનીને વહી આવ્યાં.પૂજા અને સત્યના પિતાએ પાર્ટી પ્લોટ બુક કરીને તેમાં મોટી શાનદાર ભવ્ય પાર્ટીનુ આયોજન કર્યું, જેમાં સગાં વ્હાલાં, મિત્ર મંડળ,આડોશી-પાડોશી ,તેઓનુ બીઝનેશ વર્તુળ, વીઆઈપી,તેઓના સંપર્કમાં જેટલા પણ લોકો છે, તે બધાને આમંત્રણ અપાયુ છે,કોઈ ને બાકાત નથી રાખ્યા.સંગીત સમારોહ, જેમાં મોટા ગાયકો અને સંગીતકારો પ્રોગ્રામ આપવાના છે.બધાજ હાજર થયાં છે, સત્ય અને પૂજા આજે સજીને આવ્યાં હોવાથી કોઈની પણ નજર લાગી જાય એવી સંદર જોડી દેખાય છે.આ પાર્ટીમાં જ સત્ય અને પૂજાના પિતાએ બંનેના વિવાહનુ એનાઉન્સમેન્ટ કરી દીધું. બહુજ જલ્દી સત્ય અને પૂજાના એન્ગેજમેન્ટ કરવામાં આવશે અને બીજી મોટી ખાસ વાત અમે, બંનેને તેમના એન્ગેજમેન્ટ પછીથી વધારે અભ્યાસ માટે તેઓને આગળ ભણવા

માટે અમેરિકા મોકલીશુ. સત્ય અને પૂજા માટે તો સર્પ્રાઈઝ ઉપર સર્પ્રાઈઝ !!! સત્ય અને પૂજાને માતા-પિતાએ પુછ્યું તમને મંજુર છે? બંને જણા પોતાના માતા-પિતાને ભેટી પડ્યા અને હર્ષના અશ્રુ ખુશી બનીને વહી આવ્યા. સંતાનોને ખુશ જોઈને માતા-પિતાના નયનોના ખુણા ભીના થયા. સત્ય અને પૂજા માટે આ ઘડી ખાસ સુવર્ણ ક્ષણો બની ગઈ. હાજર રહેલા બધા લોકોએ તાલીઓના ગડગડાટથી હર્ષથી બંનેને વધાવી લીધા. સ્ટેજ પર સત્ય અને પૂજા ઉપર રંગ બે રંગી ફુલોની વર્ષા વરસી. અભિનંદન ! અભિનંદન ! અભિનંદન !    રંગીન લાઈટોના પ્રકાશમાં જાણે ચાંદ અને સૂરજ સાથે ચમકી રહ્યા છે.

# પ્રકરણ (૩) ઉગી પ્રીત આથમણી કોર-ચંદ્રકાંત સંઘવી

"હલ્લો, વેલકમ કીમજી..." સત્ય એ હાથ લમ્બાવી કીમના હાથ પકડી લીધા..ધીરે થી હગ કરી અને કીમ ના કાન મા "થેન્ક્સ" કહી બન્ને બાળકો ને ઉચકી લીધા. .પુજા મહેમાન ને ઓળખી ના શકી...

પુજા,આ કીમ છે...મારી સાથે...વાક્ય અધુરુ રહ્યુ ને બીજા મહેમાનો મળવા સ્ટેજ ઉપર આવી ગયા.ડો.કિરિટ મહેતા એ ઉશ્મા ભર્યુ હગ કરી અને માઇક હાથ મા લીધુ....

મે આઇ હેવ યૌર એટેનશન પ્લિઝ......

ડો.સત્ય અને ડો.પુજા ના લગ્ન ને ૨૫ વરસ થયા ની આ ભવ્ય ઉજવણી મા સામેલ થયેલા મિત્રો આપણે અમેરીકામાં રહી ને આપણા સંસ્કાર નો વારસો જાળવી રાખ્યો તેના સબુત છે આ બંન્ને..હું બંન્ને સાથે ઘણા વરસો થી સંકળાયેલો છુ.

ડો. મહેતા એ જુના સ્મરણો યાદ કર્યા હતા...

ભાડા ના મકાન મા રહેતા શરુ કરેલી ઝિંદગી અને એક ની નોકરી જાઇ ને બીજા ને મળે એવી ભાગ્ય ની સંતાકુકડી સામે સત્ય અને પૂજા એ બાથ ભીડી હતી.....એક સાથે ભગવાને બે બાળકો (ટ્વિન) ની ભેટ આપી...પુજા ને મળેલી નોકરી છોડવી પડી હતી. પણ હિમત હારે તે બીજા...સત્ય નોકરી કરતા કરતા ઓંકોલોજીમાં ચાઇલ્ડ સ્પેસ્યાલિસ્ટ બન્યો... અને ભાગ્ય ચક્ર ફરી ગયુ...સુપર સ્પેસ્યાલિટી હોસ્પિટલ મા જોડાયો.બાળકો ને મા પાસે મુકી ને પુજા પણ ગાયનેક થઇ ગઇ.પૈસા અને સુખ બેવડાતા ગયા.

જે નાના બાળકો ને જિવલેણ લ્યુકેમિયા થયો હોઇ અને એ બાળકો રોગ સામે જે રીતે લડતા જોયા ત્યારથી ઝીંદગી ની કીમત સમજાણી.ક્ષણ ભંગુરતા નો અહેસાસ થયો. સત્ય આવા બાળકોને જાળવતો અને રોગ મુક્ત કરવા મથતો..લ્યુકેમીયાનાં કેસ માં અર્લી સ્ટેજનાં કેટલાય બાળકોને નવજીવન આપ્યુ હતુ. પુજા પણ હર ડીલીવરી પછી કોમલ નાના બાળકો ને એમની મા ને

સોંપતા અપુર્વ આનંદ લેતી. બન્ને ન હાથ મા એવી જશ રેખા હતી કે પેશન્ટો તેમને ભગવાન માનતા.

મિત્રો,આ દંપતી ને મે કાળ ચક્ર ની સામે બાથ ભીડતા જોયા છે.ભગવાન મા હું આજે પણ એટલુંજ માનુ છુ જેટલુ પહેલા માનતો હતો. નાવ, લેટ અસ રોક.......મ્યુઝિક પ્લિઝ.....ડૉ.મહેતા ખુદ ડાન્સ કરવા દોડી ગયા....

પુજા ને યાદ આવી ગયુ આખુ દ્રશ્ય ચિત્ર.....ડિસ્કો લાઇટો ની લપક ઝપક વચે બધા મિત્ર દંપતિ નાચી રહ્યા હતા.જામ પર જામ ટકરાતા હતા.મ્યુઝિક ના તાલે બધા થિરકતા હતા....

પુજા ને યાદ આવ્યુ સત્ય ને કેવો ધમકાવ્યો હતો ? થોડી થોડી વારે આમ તેમ જોતા સત્ય ને ટપાર્યો હતો "ડાફોળીયા શુ મારે છે? ....પુજા એ હડ્પચી પકડી ને હચમચવ્યો...સત્ય શરમાઈ ગયો..અટલા વરસે પણ પત્નિ તરીકે નુ તારુ આધિપત્ય બરકરાર રહ્યુ છે.યાર તુ કમાલ છે...પુજા ને સિના સાથે ભીંસી દીધી અને કાન

ઉપર દાન્ત થી હસ્તાક્ષર કરી દીધા.....પુજા આ વાત યાદ અવતા પણ અત્યારે પણ લાલ થઈ ગઈ .

એ રાત્રે મેરિયેટ ની પાર્ટી થી બહાર નિકળ્યા અને કાર ડ્રાઈવીગ કરતા કરતા સત્ય એ યાદ કરાવ્યુ ..ગાઈઝ....યાદ છે ને? સત્ય બન્ને બાળકો ને ગાઈઝ કહેતો. બાળકો ગેલ મા આવી ગયા હતા.વાઊઊ.. બન્ને સાથે બોલી ઉઠ્યા....હતા.

ડેડી અમે રોજ લેપટોપ પર વર્ચ્યુઅલ ટુર કરી અને બેસ્ટ લોકેશન અને બેસ્ટ પ્લેસેસ નુ લિસ્ટ બનાવીએ છીએ. વી વિલ એન્જોય ઇટ...

હા બેટાઓ બરફ ના અસિમ સમુદ્ર ઉપર બરફ ના ગોલા બનાવી ખુબ ધીંગા મસ્તી કરીશુ....પુજા એ સત્ય ને એક જોરદાર ચંબન ચોડી દીધુ.જાનમ બરફ ની ઠંડક તો માણીશુ પ્યાર ની ગીફ્ટ પણ બોનસ મા મળશે.....અને બન્ને કેવા હસી પડ્યા હતા...!

ખરેખર આલાસ્કા ના એક એક શહેર મા ગાર્ડનો, જાત ભાત ના ફુલો અદભુત બટરફ્લાય ઈગલુ..જોયા બરફ

ન સમુદ્ર પર મજ કર્તા સી ગલ....સિલ માછલીઓ... પેન્ગ્વિન ઝુંડ ના ઝુંડ...તેન્રૂ આપણા હાથ થી ખવડાવવા ની મજા લીધી. શાર્ક અને વેહ્લ્લ ના મ્યુઝિયમ જોવા મા અને નરી આંખે જેનો નહોતો છેડો નહોતો દેખાતો તેવા બરફ ના સાગર વચે વેકેશન ક્યારે પુરુ થઇ ગયુ તે યાદ જ ન રહ્યુ...યાદ રહી ઝિંદગી ભર ન ભુલાય તેવો આનન્દ. કુદરત સામે માનવ ની પામરતા...

ક્યારેક સત્ય ને કોઇ નો ફોન આવતો અને તે અપસેટ થૈઇ જતો...પુજા સમજતી હતી કે પેશન્ટ હશે..સત્ય ને પુછ્તી હતી ત્યારે સત્ય હાં....હાં...કરતો હતો..

પુજા ની સત્ય વગર ની સવાર આજે પડી હતી.સત્ય ન્યુયોર્ક કોન્ફરન્સ મા ગયો હતો.રવિવાર ની સુસ્ત સવાર ના મન્દ મન્દ પવનો...નાના પંખીઓ નો કલરવ અને સુરજ ન પ્રભાતી કિરણો મા આજે તેને ક્યાય ચેન ન પડ્યુ..ન આંનદ મળતો હતો.પોટ માની ગરમ ચા મગ મા ભરી અને ટી ટેબલ પર નઝર સ્થિર થઈ ગઇ.

આ શુ હશે? એક એન્વેલપ હતુ... કોણે મુક્યુ હશે?શુ હશે એ એન્વેલોપ મા? સત્ય ઉપર બહુ ગુસો આવી ગયો ,છે

બિલ્કુલ દરકાર? બધા પુરુષો આવા જ હશે? પુજા એ બબડતા બબડતા એન્વેલોપ હાથ મા લીધુ...ચા નો મગ બાજુ મા મુકી દીધો.ચા ઠંડી થતી હતી પણ આજે ચા માથી તેનો રસ ઉડી ગયો હતો.એન્વેલોપ ઉપર ડો. સત્ય નુ જ નામ હતુ મોક્લનાર નુ નામ નહોતુ. થોડી શંકા થોડી ચિન્તા થૈઇ. ફરીથી પત્ર (એન્વેલોપ) પર નજર કરી. ઘર ના સરનામે પત્ર આવ્યો હતો. મતલબ કે આ કોઇ ધંધાદારી પત્ર નહોતો...મોકલનારે પોતાનુ સરનામુ કેમ નહોતુ લખ્યુ?પ્રશ્ન ઉપર પ્રશ્ન માથા માં ઘણ ની જેમ વાગી રહ્યા હતા. કોણ હશે? શા માટે લખ્યો હશે?

પત્ર સુરજ ના પ્રકાશ મા જોયો.. અન્દર કાગળ હતો...પુજા એ પત્ર ને કાળજી થી ખોલ્યો..... અન્દર થી ઘડી કરેલો કાગળ હતો. બહુજ વ્યવસ્થિત ઘડી કરેલી હતી. સત્ય ને ગમતી આવી ગડી .પુજા ગમે તેટલી મહેનત કરે તો પણ આવી ઘડી નહોતી કરી શકતી .અમંગળ વિચારો થી મન ભરાઇ ગયુ.હાથ ધ્રુજી ગયો. કદાચ મસ્તી કરવા લવ મેસેજ તો નથી છોડી ગયો? ક્યારેય સત્ય એ આવી મજાક કરી નથી.

## ઉગી પ્રીત આથમણે કોર

પુજા એ કાગળ હાથ મા લીધો ધડક્તે હૈયે કાગળ ની ઘડી ખોલી....ઇગ્લિશ મા લખેલુ હતુ....

KIM KAAMI KOMLANGI KAAYAAL.

નીચે સત્ય ની સહી હતી. પુજા નો હાથ ધૃજવા માડ્યો...ઓહ...નો....યુ ટુ..બ્રુટસ?

યેસ, આ પાસ વર્ડ હતો...kIm...?..કોણ kim? ક્યા મળી હશે આ kim.?કેવી હશે આ kim? ક્યા મળી હશે kim ? મારા સત્ય ની પાછળ શા માટે પડી હશે?એક તો સત્ય હજી એવો યંગ અને હેન્ડ્સમ લાગે છે કે નજર તો પડે જ.

પુજા એ પચાસ વાર કાગળ ને ઉલટાવી પુલ્ટાવી જોયુ પન સત્ય સામે હતુ...ઘર ન મ્યુઝિક ડેક પર હિન્દી પીક્ચર ની ધુન વાગતી હતી.

હમ્ને દેખી હે ઇન આંખો મે મહેક્તી ખુશ્બુ....

પ્યાર સે છુકે ઇસે રિશ્તો કા કોઇ નામ ન દો....

પ્યાર કો પ્યાર હી રહેને દો કોઇ નામ ન દો....

પુજા ની આંખો ભરાઇ આવી શ્રાવણ ભાદરવો વહેવા લાગ્યો...વચે વચે વિચાર આવતા ગયા... અચાનક ઝબ્કરો થયો....યેસ... મેરિયેટ ની પાર્ટી મા મળી હતી. સત્ય એ ઓળખાણ પણ કરાવી હતી

પ...ણ તે તો ૨ બાળકો ને લઇ ને આવી હતી.! સત્ય એ તેને જોર થી હગ કર્યુ હતુ... બન્ને બાળકો ને પણ ઉચકી લીધા હતા.....

નો.નો મારો સત્ય આવુ કદી ના કરે. મારા સોનેરી સંસાર મા હુ પોતે આગ લગાડુ છુ...શંકા ભુત મંછા ડાકણ....મારી સાથે પચીસ વરસ રહ્યો છે.....મેં તેનુ પડખુ સેવ્યુ છે..તેની સુગંધ મારા અંગ અંગ મા અણુ અણુ મા છે.હી હેસ ડન ઇટ? વિશ્વાસ ઘાત ?

સામે પડેલો કાગળ પુજા ઉપર હસતો હતો ..તેનો મરકાટ પુજા ના અંગ અંગ ને આગ લગાડી રહ્યો હતો. કીમ નો કાયલ થઇ ગયો મારો સત્ય? આ પત્ર નહોતો પણ અગ્નિ પરિક્ષા હતી.કચકચાવી ને પક્ડેલો પત્ર નહોતો પણ હાથ થી સરકતી જતી જીદગી હતી.

ચા ના મગ ની વરાળ ઉડી ગઇ હતી... ચાહત મુરઝાઇ ગઇ હતી.સહીં તો સત્ય ની જ હતી હવે શું વેરિફાઇ કરવાનુ હતુ? પણ આશા નો તંતુ છોડ઼તો નહોતો...ઘસડાતા પગે પુજા ઉભી થઇ. પહેલી વખત પુજા ને ઉભા થતા થાક લાગ્યો.લથડિયા ખાતા બેડ રુમ માં પહોચી ને ફસડાઇ ગઇ .બન્ને કાન ઉપર હાથ ઢાકી દીધા.પડઘમ ની જેમ "પાસ વર્ડ " પડઘાતો રહ્યો. શરીરમાં થી જોમ ઓસરી ગયુ હતુ..

હામણા લેપટોપ ખુલશે અને સત્ય ની જીદગી નુ સત્ય બહાર આવી જશે. .મન મક્કમ કરી લેપ ટોપ પર પાસ વર્ડ એન્ટર કર્યો.

સરસરાટ કરતુ સત્ય બહાર અવવા લાગ્યુ..

કીમ ચાઇનીઝ બ્યુટી હતી જે તેના નર્સીંગ હોમમાં કન્સલ્ટંટ અને નર્સ હતી

કીમ સાથે ના સંબંધો ના પાના ખુલવા લાગ્યા હતા. પુજા ધીરે ધીરે સત્ય પચાવી રહી.ભગવાને સ્ત્રી ને એવી શક્તિ જન્મ થી જ આપે છે કે ગમે તેવા આઘાત પચાવી

ને ઉભી થઈ જાય. પુજા ની સામે સત્ય ની બીજી જીદગી ની કિતાબ ખુલી ગઇ હતી. કીમ કોમલાંગી કાયલ .પુજા ઝડપ થી લેપ ટોપ બંધ કરી વોશ બસિન પર જઇ ઠંડા પાણી ની છાલકો મારી સ્વસ્થ થવા ફરી ટેરેસ મા આવી. મગમા પોટમાથી ગરમ ચા કાઢી વિચારવા લાગી. પ્રીત ઉગી હતી પણ આથમણી કોર ....આંખમાં થી આંસુ વહેવા માંડ્યા હતા..શું મારો સત્ય કામી છે? મેં તેને કદીયે શરીર સુખથી વંચીત નથી રાખ્યો છતાય..તેને ..શું એ મારાથી ધરાઇ ગયો હશે?

બાપુજીએ પુજાને એકલી અને રડતી જોઇ એટલે બાને મોકલ્યા..

બા એ પાણી આપતા પુછ્યુ.."બેટા શું થયું?"

સત્ય સાથે પાકી વાત થાય તે પહેલા કશું કહેવું નહોંતુ તેથી ઝટપટ આંખો લુંછીને બોલી.. "મા અમથુંજ મન ભરાઇ આવ્યુ"

" ના બેટા કંઇક તો વાત છે તું મારાથી છાનુ ના રાખીશ નહીંતર મને થાશે તેં મને પારકી બનાવી દીધી..આમેય સાસુ તો ખરીને?"

ના રે ના બા એવું નથી..મને તો દુઃખ નો છાંયો પણ નથી..અને તમે તો મારા સાસુ છો જ ક્યાં? તમે તો બા જ છો..અમેરિકાનાં બા. તેમના હાથમાંથી પાણીનો પ્યાલો લઇને પાણી પી લીધુ અને થોડુંક કૃત્રીમ હસીદીધુ..

સત્યને હવે કહેવુ પડશે તે જ્યાં જાય ત્યાં તને સાથે રાખે..પૂજાની આંખમાં બોર બોર જેવા આંસુ જોઇને હું તો જીવતે જીવ મરી ગઇ હતી. પપ્પા પણ પાછળથી આવીને બોલ્યા..પૂજા હા ભાઇ મને પણ તું રડે તે ન ગમે.

# ઉગી પ્રીત આથમણે કોર (૪)

## ડો.ઇંદિરાબેન શાહ

પત્ર ખરેખર સત્ય પર જ છે?!! પૂજાને હજુ પણ વિશ્વાસ નથી આવતો, "સત્ય કોઇ બીજાનો હોય જ ન શકે!! સમજણી થઇ ત્યારથી સત્યને પતિ માન્યો છે. બન્ને પ્રોફેસનલ પરંતુ સયનખંડમાં કદી પ્રોફેસનની ચર્ચા નથી કરી.બન્ને એકબીજામાં ખોવાય જતા બે હૈયા ધડકન એક.તો પછી મારી ક્યાં ભૂલ થઇ,કે મારો સત્યવાન કીમોરૂમની આસિસ્ટન્ટ નર્સના મોહમાં ફસાયો!!! પત્ર ખુલ્લો સામે ડૅસ્ક પર પડ્યો પૂજાની હસી ઉડાવી રહ્યો છે,સતિ સાવિત્રી આ એકવીસમી સદી છે,પતિને કાબુમાં રાખો નહીંતો આજે કીમ તો કાલે વળી કોઇ કેથી ફસાવશે!!સફળ ધનવાન તારા જેવી ભોળી ડો. પત્નિના ડૉ.પતિ પાછળ અમેરિકન નર્સીસ ઘેલી હોય છે, એની તને જાણ હોવી જોઇએ.

શનિવારની સવારના રેડિયો પર હિન્દી ફિલ્મ ગીત વાગી રહ્યુ છે

"યહા બદલા વફાકાભી, બેવફાયકે સિવા ક્યા હૈ

કભી સુખ હૈ કભી દુઃખ હૈ યહી દુનિયા બદલતી હૈ"

પૂજા ઉઠી ના,હું મારા સત્યને બરાબર ઓળખુ છું, મારો સત્ય ભોળો છે એટલે જ કપટી કીમના કામણનો ભોગ બન્યો હશે.

રસોડામાંથી બાનો અવાજ સંભળાયો "પૂજા બેટા ફોન વાગે છે ઉપાડો કદાચ સત્યનો જ હશે, આજે આપણે બર્સાનાધામ જવાનું છે ને એટલે કર્યો હશે."હા બા પૂજાએ રિસિવર ઉપાડ્યુ હલો

'મોમ હું મારા સિનિયર સાથે રાઉન્ડ પતાવી નીકળું છું, મને ત્રણ દિવસ રજા મળી છે, "બેટા રુમ બુક કરાવી છે ને? સ્વામી મુકુન્દાનંદના કેમ્પમાં હાજરી ઘણી હોય છે,'

"હા મોમ બે ડિલક્ષ રુમ બુક થઇ ગઇ છે, તમે ત્રણેય તૈયાર રહેજો .બાય સી યુ,"બાય બેટા '.

પૂજાએ ક્વીક સાવર લીધો સારુ લાગ્યુ સાવરના ફુવારાએ મનના મલીન પત્રનો મેલ પણ ધોય નાખ્યો. બહાર આવી "બા અમરનો ફોન હતો ,"અરે વાહ મારા દીકરાએ દાદાની વાત બરાબર યાદ રાખી" "બાપુજી અમરને બધુ યાદ રહે ",દાદા દાદીની વાત તો ખાસ".

અમર અક્ષય જોડીયા ભાઇઓ પરંતુ દેખાવમાં અને સ્વભાવમાં બિલકુલ જુદા.અમર પૂજા પર અને અક્ષય બધી

રીતે સત્ય પર.

“હોય જને સંસ્કાર મારી પૂજા દીકરીના છે”.બા હું આ ઘરમાં આવી ત્યારથી તમે મને માની મમતા આપી છે.બોલતા પૂજાની આંખો ભીની થઇ ,આડુ જોઇ ટીસ્યુ લીધુ ખોટી છિકો ખાઇ નાક આંખ સાફ કરવા લાગી.

“બેટા તારી તબિયત નથી સારી? સવારથી તારો મુડ નથી!!”આપણે ના જઇએ,”બા જરા એલર્જી છે મટી જશે આપણે જવાનુ છે અમરે ત્યાં બે રુમ પણ બુક કરેલ છે તમે તૈયાર થઇ જાવ હમણા અમર આવશે,

“તારી બાએ તો રાત્રે જ બેગ તૈયાર કરી દીધેલ છે,અને અમરને ભાવતો નાસ્તો પણ તૈયાર કરી દીધો છે”.દાદાએ વાતોમાં જોડાતા કહ્યુ

”બા તમે હો એટલે મારે ઘરની કોઇ ચિંતા નહીં’

“તે ઘણા વર્ષ ઘર વ્યવસાય બાળકો સંભાળ્યા, અમે તો આવતા જતા,”હવે તો તારે તારો વ્યવસાય સંભાળવાનો ,અને સમય કાઢી સત્ય સાથે કોન્ફરન્સમાં પણ જવાનું.’

બાના શબ્દોમાં પત્રના લખાણનો અહેશાષ રણકી રહ્યો હોય

અને જાણે સુચન કરી રહ્યા હોય,દીકરી મારા દિકરાની છાયા બની રાત દિવસ પીછો કર.રડીને બેસી રહે નહીં ચાલે.

સ્ત્રીને ભગવાને 6th sence આપેલ છે એટ્લે જ સ્ત્રી સ્ત્રીને સમજી શકે તેટલુ બીજુ કોઇ ના સમજી શકે,પછી ભલે તે મા દીકરી હોય કે સાસુ વહુ હોય.

પૂજાને ક્રિસમસ ઇવની પાર્ટિનું દૃષ્ય યાદ આવ્યું, જ્યારે પોતે ડો સ્મીથ સાથે વાતોમાં હતી ત્યારે કીમ સત્યની સાથે ડ્રીક્સ અને એપેટાયઝર માણી રહી હતી.પાર્ટિમાં તો ડો દંપતિ પોતપોતાના કલીગ્સ સાથે સોસ્યલાયઝ થાય, ફ્રીલી એકબીજા સાથે ડ્રીંક્સ લે, તેમા કાંઇ અજુગતુ નાકહેવાય.

ડીનર અને ડી.જે મ્યુઝીક સાથે ડાન્સ શરુ થયા.

પિયાનો મેન વગેરે પાર્ટી ફેમસ સોંગ વાગતા ગયા ,ક્રીસમસ પાર્ટી સ્પેસીયલ સોંગ

‘લેડિ ઇન રેડ ટુ નાઇટ’ શરુ થયુ સત્યની નજર આજુબાજુ ફરવા લાગી,પૂજાએ ટપાર્યો “ડાફોળિયા શું મારે છે!?સ્ટેપમાં ધ્યાન આપ”

યસ માય લેડી ઇન રેડ બોલતા પૂજાને બાથમાં ભીડી ચૂમી

,પૂજાના લાલ ડ્રેસની રતુંબડી છાંય બન્નેના ચેહરા પર પ્રસરાઇ ગઇ ,બેઉ મ્યુઝીકના તાલે ઝૂમવા લાગ્યા, યાદ આવતા અત્યારે પણ પૂજાનો ચહેરો લાલ થઇ ગયો.આવો મારો સત્ય,આવો અમારો પ્રેમ તેને અસત્ય કેમ માનુ??!!

.રેડીયો પર ગીત વાગી રહ્યું છે.

"યાદોકી બારાત દિલકે દ્વારે"

ડોર બેલ સંભળાઇ

ઘરની ચાવી હોવા છતા અમરને ડોર બેલ વગાડવાની ટેવ,જેવી મમ્મી દરવાજો ખોલે કે હગ આપે.

પૂજા ઉઠી દરવાજો ખોલ્યો,અમર હગ આપતા બોલ્યો "મોમ ટુ ડે આઇ હેવ એ સરપ્રાઇઝ ફોર યુ".

ક્યાં છે? તારા હાથ ખાલી છે "

"ક્લોઝ યોર આઇઝ"

"ચાલ બાબા આંખ બંધ કરી ".

"અ..હ..નો ચિટીંગ".

"ઓ કે જલ્દી કર હવે દાદા દાદી ક્યારના રાહ જુવે છે."

અમરે તાળી પાડી અમી ઝાડ પાછળથી બહાર આવી ,પૂજાએ આખો ખોલી ,

'મમ્મી આ અમી ફ્લોરિડાથી અમારે ત્યાં ઇલેક્ટીવ રોટૅસન કરવા આવી છે",તેને પણ બરસાના ધામ આવવાની ઇચ્છા હતી એટલે સાથે લઈ આવ્યો,"

"ભલે લાવ્યો ચાલો અંદર,ગરમ ઉપમા તૈયાર છે."

"મોમ મારી આદુ મીન્ટ મસાલા ચાયનું શું?"

"અરે બેટા એ ભૂલાતી હશે! થરમોસ તૈયાર છે."

બા બાપુજી સાથે અમીની ઓળખવિધી પતાવી બન્નેએ ચા નાસ્તો કર્યા.બધા પૂજાની લેક્ષસ એસ યુ વી માં ગોઠવાયા,બાપુજી અમર સાથે આગળ બેઠા.

બા બાપુજીને તો આજે સ્વર્ગ મળ્યા જેટલો આનંદ હતો. હોયજ ને દિકરો વહુ બન્ને સ્પેસ્યાલીસ્ટ નામાંકિત ડો., બે

## સહિયારુ સર્જન

કહ્યાગરા ડો. પૌત્ર,આજે નાનો (૧૦ મિનિટ નાનો છતા નાનો જ કહેવાય) પૌત્ર સ્વેચ્છાએ દાદા દાદીએ ઓપચારીક દર્શાવેલ ઇચ્છા પુરી કરવા બરસાના ધામ લઇ જાય છે. અમેરિકા જેવા દેશમાં આવો લાભ કોઇ નસીબદારને જ મળતો હોય છે.

બે વાગતા પહેલા પહોંચી ગયા. ગાડી ડાઇનીંગ હોલ સામે પાર્ક કરી.

"પહેલા લંચ લઇએ,બે વાગે બંધ થશે, પછી રૂમ પર જઇએ.'

"અરે વાહ દિકરા તને તો બધુ ધ્યાનમાં છે."

"દાદાજી મે વેબસાઇટ પર બધા સમય જોઇ રાખેલ છે".

બધાએ સાત્વિક લન્ચ લીધુ, ડાઇનીંગ હોલની બહાર જ અમીના પેરન્ટસ મળ્યા.અમીના મમ્મી ડો સ્મીતા શેઠ પૂજાને ઓળખી "અરે તું અહીં ક્યાંથી?"

ઓહ.. સ્મીતા મેં તો તને ઓળખી જ નહીં!! કેટલા વર્ષે જોઇ!! અને આ તારા ..

"હા આ ડો સુમન શેઠ મારા હસબન્ડ, અને અમી મારી

દીકરી,જેને તમે રાઇડ આપી".

"સ્મોલ વર્લ્ડ"!!...આ મારો દિકરો અમર અને આ મારા સાસુ સસરા".

બાપુજીઃ કહે "તમે બેઉ બાળપણની સહેલીઓ ડો. તમારા બાળકો ડો. સાથે કામ કરે છે,સંધી બનો તો સોનામાં સુગંધ".

અમરઃ"મોમ યુ ગાયઝ ટોક, દાદા દાદી હેવ ટુ ટેક ઘેર મેડિસિન. આઇ હેવ ટુ હેવ માય સિયાસ્ટા, બાય એવરિબડી, "

બાય, આવજો જૈ શ્રી કૃષ્ણ સાથે સૌ છુટા પડ્યા.અમી તેનુ આઇ પેડ ખોલી બેસી ગઇ.

ત્રણે ડો. બાજુની બેન્ચ પર બેઠા

"સત્ય કેમ દેખાતો નથી? સ્કુલ કોલેજમાં તને એક મિનીટ છોડતો ન હતો,તમે બન્ને જણા તો બાળપણની ઘરઘર રમતથી જ જોડાઇ ગયેલા"

"સત્ય ન્યુયોર્ક કોનફરન્સમાં ગયો છે,તારી તો વાત કર તું તો ઇન્ટર સાઇન્સ પછી તારા પેરન્ટસ સાથે અહીં આવી ગયેલ ઘણુ હાર્ડ પડ્યું હશે!!!!.."

"હા હાર્ડ પડ્યું, ફસ્ટ હતી એટલે સારી એવી ક્રેડીટ મળી બાકીના ક્રેડીટ અવર્સ પુરા કર્યા એમકેટ લીધી સારો સ્કોર આવ્યો ફ્લોરીડાની સ્ટેટ યુનિવર્સિટિમાં એડમિસન લીધુ. ઘરે રહી ભણી, પ્રોફેસનલ એજ્યુકેસન લોન લઇ ભણવાનુ પુરુ કર્યું, ઇન્ટર્નશીપ પછી તુરત ફ્લોરીડા સ્ટેટનુ લાઇસન્સ લીધુ ,ફેમિલી પ્રેકટીસ શરુ કરી,સુમનની ન્યુરોલોજીસ્ટ રેસીડન્સી પુરી થઇ ત્યારબાદ લગ્ન કર્યા.એક વર્ષમાં અમીનો જન્મ.'

"તમે બન્ને ક્યાં અને કેવી રીતે મળ્યા તે તો જણાવ તમારા લવ મેરેજ છે? તું દવે અને ડો. સુમન શેઠ."

"હા અમારા તારી જેમ ઘોડીયા લગ્ન નથી,અમારી ઓળખાણ મેડીકલ સ્કુલમાં થઇ, પ્રેમ થયો ડેટીંગ શરુ થયુ ધીરે ધીરે પ્રણય પાંગર્યો અને પાંચ વર્ષમાં પલટાયો પરિણયમાં."

"અરે વાહ આટલા વર્ષો બાદ પણ તારુ ગુજરાતી ઘણુ સરસ છે!!!"

"યાર આપણી માતૃભાષા આપણા સુધી તો જાળવીએ, છોકરાઓ શું કરશે તે ખબર નથી".

ડો.સુમનઃ"જરૂર જળવાશે જો બાપુજીના સુચન મુજબ સંબંધ જોડાય."

અમીઃ”મોમ,ડેડ લેટ્સ ગો વી હેવ ટુ ડ્રાઇવ ટુ સાન એન્ટોનિયો”.

“તમે અહીં નથી રહેવાના?”

“ના,અમે ચાર દિવસ ટેમ્પલ શહેમ્સ્ર્સ હતા ત્યાં સુમનની કોનફરન્સ હતી. સવારની ફ્લાઇટમાં અહીં આવ્યા,દર્શન કર્યા સવારના સ્વામીજીના પ્રવચનનો લાભ લીધો,હવે સાન એન્ટોનિયો, ત્યાં બે

દિવસ રોકાઇ ગાડી એરપોર્ટ પર રિટર્ન કરી ફ્લાઇ બેક ટુ ઓરલેન્ડો,અને અમી ફ્લાઇ બેક ટુ હ્યુસ્ટોન .”

“હ્યુસ્ટન આવ્યા હોત તો ...

“તમે તો ત્રણ દિવસ રોકાવાના છો!!

“હા,એ સાચુ, લે મારુ કાર્ડ બીજી વાર આવે ત્યારે હ્યુસ્ટન જરૂર આવજે’.

“તું પણ સત્યની સાથે ઓર્લેન્ડો જરૂર આવજે, અમારા બન્નેના કાર્ડ”.

"ચોક્કસ બાય હેવ એ સેફ ટ્રિપ

"બાય"

પૂજા પાછી બેન્ચ પર બેસી ગઇ .બાપુજીના શબ્દો તેના કાનમાં ગુંજવા લાગ્યા,આવા જ શબ્દો વર્ષો પહેલા સત્યના પિતાએ તેના પિતાને કહેલ,જે તેણે સાંભળેલ અને સત્યને પોતાનો વર માની લીધો,સત્યને તો કદાચ સંભળાયુ નહીં કે તેના હૈયે સ્વીકાર નહીં કર્યો હોય એટલે જ રક્ષા બંધનને દિવસે મારી પાસે સરસ રાખડી માગી હશે. મને અને સત્યને એક બીજા માટે પ્રેમ થયો??કેવો પ્રેમ?!!...કોય સમજણ હતી??વડીલોએ જાણે વાવ્યો અને પ્રેમ ઉગ્યો...કઇ બાજુ??પ્રેમ તો ખુદને એક બીજા પ્રત્યે થાય અને પાંગરે ...પ્રણય વડિલોના વચને કે સોદાએ થાય ખરો?!!.

"mom you are still sitting here!!!"

"હા બેટા,આન્ટી સાથે બહુ વાતો કરી,તેઓ ગયા અને હું તમારી રાહ જોતી બેઠી છું"

"O k, lets have tea,Dada Dadi are waiting,"

"ચાલો બેટા ચાર વાગે પ્રવચન શરુ થશે".

## ઉગી પ્રીત આથમણે કોર

પૂજાનુ મન પાછુ વિચારોના વમળમાં ફસાયું

"ભગવાન તે મને કેટલુ બધુ સુખ આપ્યુ, મારા બે ડાહ્યા દિકરા બન્ને ડો. બા બાપુજી પણ માની ગયા, ગ્રીનકાર્ડ લીધુ,રોજ બે કલાક માટે પટેલ બેનને રાખી લીધા જેથી બાને મદદ કરે,ઇન્ડીયા મિસ ન કરે. મારો અમર તો મારા કરતા પણ વિશેષ દાદા દાદીનું ધ્યાન રાખે છે,આઇ એમ સો પ્રાઉડ, ભગવાન તને પણ મારુ સુખ ખટક્યું!!!! સત્યને આવુ સુજાડ્યું!!સત્ય તને શેની ખોટ પડી??કે તુ બહાર સુખ શોધવા ગયો!!! પૂજાને ભજન યાદ આવ્યું,

"સુખ દુઃખ મનમાં ન આણીયે, ઘટ સાથે રે ઘડીયા"

સાચી વાત ભગવાને મનુષ્યને જન્મ સાથે સુખ દુઃખ આપેલા જ છે. જો એકલુ સુખ જ હોય તો મનુષ્ય છકી જાય, ભગવાનને પણ ભુલી જાય, દુઃખ આવે ભગવાનને યાદ કરે.સુખ દુઃખ તો જીવનનો ક્રમ છે જે સ્વીકારવો જ રહ્યો,અને પોતાનુ કાર્ય ચાલુ રાખવુ.

"कर्मणये वाधिकारस्ते, मा फलेशु कदाचन"

સ્વામીજીનો અવાજ સંભળાયો પૂજાએ ધ્યાન પ્રવચન તરફ કેન્દ્રીત કર્યું.

હું કોણ નક્કી કરવા વાળી?!!હું તો જેમ સત્યને પતિ માન્યો છે તે રીતે માનીશ, મને અને સત્યને અમારા કર્મોના ફળ ભગવાન જ નક્કી કરી આપશે,મારે દુખી શા માટે થવાનુ??!

આમ બે દિવસ કર્મ યોગ સાંભળી પૂજાના મન બુધ્ધીએ સમાધાન કર્યું,ચિત્ત શાંત થયું.

મંગળવારે સવારના દર્શન આરતી પછી હ્યુસ્ટન પાછા આવવા નીકળ્યા.

રસ્તામાં બાપુજીએ અમરને યાદ કરાવ્યું અમર બેટા.બાની ઇચ્છા પુરી થઈ. હવે ઇન્ડીયા જવાની ટીકિટ તારા નેટ પર જોતો રેજે.

દર વર્ષે બા બાપૂજી શિયાળાના ચાર મહિના ઇન્ડીયા જતા,આ વર્ષે ન્યુ ઇઅર બર્સાના ધામ સ્વામીજીને સાંભળવાની ઇચ્છા હતી તેથી મોડુ કર્યુ.

"બાપુજી યુનાઇટેડ સીધી મુંબઇ જાય છે, તો કરાવી લઉ??

"હા બેટા કરાવી લે,ગમે તે દિવસ ચાલશે."

" ભલે આજે રાત્રે જોઇ તમને જણાવુ છું."

## ઉગી પ્રીત આથમણે કોર

હ્યુસ્ટોન પહોચ્યા અમરે ૫૯થી હિલક્રોફ્ટની એક્ષીટ લીધી.

"આપણે ઉડીપિમાં લન્ચ લઇશુ?"

પૂજા:"બા બાપુજી ઉડીપિમા ફાવશે"

બાપુજી:"હું કહેવાનો જ હતો આજે સાઉથિન્ડીયન લન્ચ લઇએ"

"દાદાજી આઇ રેડ યોર માન્ડ".લન્ચ લઇ, ઘેર આવ્યા.

બા બાપુજી રુમમાં આરામ કરવા ગયા.

અમર થોડી વાર મમ્મી સાથે બેઠો,સોફા પર જ લંબાવ્યુ,સુઇ ગયો.

પૂજા એકલી પડી રુમમાં ગઇ પાછો પત્ર યાદ આવ્યો.

"ના મારે ખોલવો જ નથી સત્ય આવે ત્યાં સુધી તેના સામે પણ નથી જોવુ."

બરસાના ધામ રાધા કૃષ્ણની પ્રતિમા માનસ પટ પર દોરાઇ.

રાધાનો કૃષ્ણ પ્રત્યે પ્રેમ કૃષ્ણ દ્વારકા ગયા તો પણ તલભાર

ઓછો નહોતો થયો,

એ તો અલૌકીક સાત્ત્વિક પ્રેમ,કૃષ્ણ પણ રાધાને નહોતા ભુલ્યા.આ લૌકિક જગતમાં શું આવો પ્રેમ અસંભવ હશે?!! મેં સ્વપ્નમાં પણ પર પુરુષનો વિચાર નથી કર્યો,તો પણ મારો કાહ્‌ન તો મને ભુલી જ ગયો,પર સ્ત્રી સાથે સંબંધ કરતા તેને કેમ મારો વિચાર નહીં આવ્યો!!?નાનપણમાં સ્કુલની નૃત્ય નાટીકામાં રાધા કૃષ્ણ બનેલા તે મનમાં આવ્યુ જાણે રાધા કૃષ્ણની પ્રતિમાના સ્થાને એ બન્ને બાળ રાધા કૃષ્ણ છવાઇ ગયા.

" મોમ હું જાવ છું અમરનો અવાજ સંભળાયો,"

પૂજા બહાર આવી "ઓ કે બાય બેટા".

અમર ગયો.

બાએ પુછ્યું "કેમ છે તને ?"

"સારુ છે બા બાપુજી તમે જમી લ્યો, લંચ હેવી લીધુ છે,હું ઇચ્છા થશે તો મોડેથી દુધ પી લઇશ".

"સારુ બેટા આરામ કર"

"જૈ શ્રી કૃષ્ણ બા"

પૂજા રુમમાં ગઇ થાકેલી હોવાથી સુઇ ગઇ.

# ઊગી પ્રીત આથમણે કોર (5)

## રાજુલ શાહ

બરસાના ધામની મુલાકાતે આપેલી મનની શાતાને લીધે પૂજાનુ મન ઉપર ઉપરથી થોડુ શાંત તો થયુ હતુ પણ જોઇએ એવુ આશ્વત તો નહોતુ જ થયુ.

સૌની સાથે હતી ત્યાં સુધી તો મનને એ બીજા ખુણે વાળી શકતી હતી. બરસાનાનુ પવિત્ર વાતાવરણ ચિત્તને શાતા ય આપતુ હતુ એટલે એટલો સમય તો પૂજાનો જરા ઠીક ઠીક પસાર થયો. પૂજાના સ્વભાવની એક બીજી ખાસિયત હતી કે એ બને ત્યાં સુધી મનની ઉથલ-પાથલ બીજા સુધી ન પહોંચે એટલી સ્વસ્થતા જાળવી શકતી એટલે સ્મિતા તો શું બા-બાપુ કે અમરને પણ એની અસ્વસ્થતાનો અણસાર સુધ્ધા ન આવ્યો. પણ એથી શું? પૂજાના મનની અંદર તો જે ઉકળાટનો લાવા ખદબદતો હતો, એનો તાપ એને જે રીતે

બાળી રહ્યો હતો એ કોઇ રીતે સહ્ય તો નહોતો જ. રાત્રે ઘરે પાછા આવ્યા પછી એ સૌથી છુટી પડીને પોતાના બેડરૂમમાં આવીને છુટ્ટા મ્હોં એ રડી પડી.

KIM KAAMI KOMLANGI KAAYAAL- કીમ કામી કોમલાંગી કાયલ આ ચાર શબ્દો એ અને એની પાછળ ખુલતા જતા સત્યના પ્રેમ પ્રકરણે એને સાતમા આસમાનેથી સીધી જ ધરતી પર ધકેલી દીધી હતી. અલાસ્કાની એ અફલાતૂત ટ્રીપ , એ ટ્રીપ દરમ્યાન સત્યનુ એની સાથેનુ વર્તન એ બધુ શું હતુ? સત્યના ગુનાહિત માનસને છુપાવવાનો પોકળ આયાસ માત્ર? હવે તો પૂજાને સત્યના પોતાના તરફની લાગણી પર પણ શંકા થવા લાગી.

સત્ય સાથે જે નાનપણથી ઉગીને મુગ્ધાવસ્થા સુધી ફાલેલી લાગણીના મૂળીયા દાંપત્ય જીવન

સહિયારુ સર્જન

દરમ્યાન દ્રઢ થતા અનુભવ્યા હતા એ સત્ય હતુ કે આમ જ હવાના બદલાયેલા ઝોક સાથે કિમ તરફ વળી ગયેલી લાગણીના નવેસરથી રોપાયેલા બીજ જીવનનુ સત્ય
હતુ? પૂજાને સાચે જ સમજણ પડતી નહોતી કે એ સત્યના કયા સ્વરૂપને સત્ય માનીને સ્વીકારે.

રાત જેમ જેમ આગળ વધતી જતી હતી એમ એમ પૂજાના મનનો ઉદ્વેગ ઉકળાટ બનીને અસહ્ય બનતો ચાલ્યો. આ આખીય પરિસ્થિતિ કદાચ મનનો વહેમ પણ હોઇ શકે એવુ મનને મનાવવાના અથાગ પ્રયત્નો કરવા છતાં મન માનવા તૈયાર જ નહોતુ .મન જ ક્યાં હ્રદય પણ ક્યાં કાબુમાં રહ્યુ હતુ? રહી રહીને ટીક-ટીક થતા ટાઇમ બોંબની માફક હ્રદયના ધડકારા સંભળાતા રહ્યા.

પૂજાને થયુ કે જો એ થોડો સમય પણ સુઇ શકશે તો કદાચ આ આખીય વાતને એટલો સમય ભુલી શકશે.પણ ઉંઘ વેરણ બની હતી

વળી સત્ય વગર સુવાની ય ક્યાં આદત હતી?

આખો દિવસ કામમાં વ્યસ્ત હોવા છતાં લંચ ટાઇમે તો સત્ય સાથે ફોન પર વાત થઈ જ જતી. એ સિવાય પણ સમય મળે

ત્યારે એકબીજા સાથે અલપ-ઝલપ વાત કરી લેવાની ય ટેવ ખરી જ સ્તો. ક્લિનિક પરથી નિકળતા સત્ય હંમેશા ફોન કરતો.પણ આખાય દિવસનુ સરવૈયુ તો રાત્રે સુતા સમયે જ નિંરાતે જ નિકળતુ. લાઇટ ડીનર બાદ પૂજા અને સત્યને સુતા પહેલા થોડો સમય ટી વી સર્ફીંગ કરવાની ટેવ હતી. ટી.વી માં ન્યુઝ જોતા જોતા બંનેને ફ્રેશ ફ્રુટ લેવાની ટેવ હતી. પૂજાને એક બીજી ય ટેવ હતી. સુતા પહેલા હંમેશા જરા હુંફાળા પાણીથી હાથ-મ્હોં ધોઇને એ જ બેડ પર જતી. સત્યને હમણાંથી એક નવી જુદી ટેવ પડી હતી પૂજા રૂમમાંઆવે ત્યાં સુધી એ સતત એના સેલ ફોન પર ખોવાયેલો રહેતો. પૂજાને એના આ વળગણ પર થોડી ચીઢ ચઢતી અને સત્યને ટોક્યા વગર ન રહી

શકતી.

સત્ય, પ્લીઝ સ્ટોપ ધીસ. આખો દિવસ ક્લિનીક અને પેશન્ટો સાથે રહીને ય તુ ધરાયો નથી કે ઘરમાં આવીને પણ આપણો આ સમય પણ તુ બીજા સાથે શેર કર્યા વગર રહી નથી શકતો?

સત્યને ય ખબર હતી કે પૂજા આવતાની સાથે આમ કહેશે જ. પૂજાની અકળામણ જોવાની એને ય મઝા પડતી. જો પૂજાને આટલુ બોલતા વાર લાગે તો એની ય ધીરજ ખુટી પડતી. અને એ સેલ ફોન બાજુમાં મુકી દેતો. બાકીના સુતા પહેલાના આ દરમ્યાન સમય દરમ્યાન આખાય દિવસનુ સરવૈયુ નિકળતુ. સામાન્ય રીતે જો નોર્મલ ડીલીવરીનો કેસ હોય તો તો પૂજા પાસે કહેવાનુ ઓછુ રહેતુ. હા ! જો કોઇ કોમ્પ્લીકેટેડ કેસ આવ્યો હોય તો એ સત્ય સાથે એની ડીટેલ માં વાત કરતી. બાળકનો સહીસલામત જન્મ અને મા ના ચહેરા પરનુ હાસ્ય એ પૂજા માટે

ઇશ્વરીય સોગાત બની રહેતુ. પૂજાને ક્યારેક કોઇ અઘરા કેસ આવતા ત્યારે એને પોતાની સ્કીલ પૂરવાર કરવાનો મોકો મળતો અને એ સમયે એ બાળક અને મા ની કટોકટીભરી પરિસ્થિતિને સંભાળી શકવા સમર્થ બને તો એને એની કુનેહ માટે ઇશ્વરનો આભાર માનતી. પણ ક્યારેય એણે એવુ ઇચ્છ્યુ નહોતુ કે એની આ કુનેહ સાબિત કરવા માટે થઈને ય કોઇ કોમ્પ્લીકેશન ઉભા થાય. પણ જ્યારે જ્યારે એવી કોઇ ઘટના બની હોય ત્યારે એને સત્યને ઘણુ બધુ કહેવાનુ રહેતુ.

સામે પક્ષે સત્યને તો નિતનિત એવી પરિસ્થિતિનો સામનો કરવો પડતો કે જેમાં હજુ તો જીવન કોને કહેવાય એવી સમજણ પણ ન ઉગી હોય એવા માસુમ બાળકોને મોત સામે ઝઝૂમતા જોવાના આવ્યા હોય. અને એમને પીડા કોને કહેવાય એની સમજણ ઉગે એ પહેલા ન સહી શકે એવી પીડાઓ ભોગવતા જોવાના આવતા. આ આખાય દિવસની વેદનાઓ એ પૂજા પાસે હળવી

કરતો.

પણ આ સરવૈયામાં ક્યાંય દુર દુર સુધી કિમ તો શું એનુ નામ સુધ્ધા પૂજાના કાને પડ્યુ નહોતુ. તો શું સત્ય આટલો બધો એનાથી વેગળો થઈ રહ્યો હતો અને એનો એને અણસાર પણ ન આવ્યો?

સતત જેની સાથે જીવવાની ઝંખના કરી હોય, યૌવનના ઉન્માદથી લઈને પરિણીત જીવનની પ્રગલ્ભતાની પગથીએ પગ માંડ્યા હોય , જેના બાળકોને એમના અસ્તિત્વના પહેલા અણસારથી પોતાના લોહી અને લાગણીથી સિંચ્યા હોય, જેની સાથે દાંપત્ય જીવવના દરેક પગલે એકમેકને સાથ આપવાના વણબોલ્યા કોલ આપ્યા હોય, ઢળતી ઉંમરે ડગમગતા ડગલે એકએકનો હાથ સાહીને બેડરૂમ સુધી દોરી જવાની કલ્પના કરી હોય, કંપતા હાથોએ માંડ પકડાતા કોફીના કપમાંથી ઉઠતી કડક મીઠી સુવાસથી જાગ્રત થતી જુની યાદોને

વાગોળતા વાગોળતા વાતોએ ચઢવાની અને
ભુતકાળમાંથી બહાર આવે ત્યાં સુધીમાં
ધીમેધીમે ઠરતી જતી કોફીના સીપ સાથે
સેટલ થતા જતા અમર ને અક્ષયની પ્રગતિનો
આનંદ માણવાની ક્ષણો સાવ આમ જ વેરાઇ
જશે એની તો એને કલ્પના પણ ક્યાંથી હોય?

માથા પર સતત હથોડા ઝીંકાતા હોય અને
એની આડો હાથ દઈ શકવાની અક્ષમતાને
લીધે એ ફરી એક વાર રડી પડી. કોઇ રીતે
ઉંઘ આવે એવી કોઇ જ શક્યતા લાગતી
નહોતી. કેમ કરીને સવાર પડે , સત્ય સાથે
વાત થાય અને આ બધુ જ સદંતર ખોટુ છે
એવી પ્રતિતિ થાય એવી પાંગળી
શક્યતાઓના વિચારના સહારે ય રાત
આગળ ખસતી નહોતી. બહાર આડાબીડ
અંધકાર કરતા ય હ્રદય -મનમાં ઘેરાયેલા
તમસથી એ ત્રાસી ગઈ હતી. અમંગળ
કલ્પનાઓ કરીને થાકેલી પૂજાએ છેવટે ઉભા
થઈને ઉંઘની દવા લઈ સુવા પ્રયાસ કર્યો.
પણ મનનો ઉત્તપાત એટલી હદે હાવી થઈ

રહ્યો હતો કે ઉંઘની ગોળીની પણ કોઇ અસર થતી નહોતી.

સવારે એ ઉઠીને બહાર આવી ત્યારે બા-બાપુજી પરવારીને સિનીયર સીટીઝન માટે નજીકના સેન્ટર પર જવા નિકળી ગયા હતા. એક રીતે પૂજાને હાંશ થઈ કારણકે એ જાણતી હતી કે જે રીતે એની રાત પસાર થઈ હતી એની વેદનાના ચાસ મ્હોં પર ચાડી ખાતા હતા અને આ માટે બા-બાપુજીના સવાલોનો એની પાસે કોઇ જવાબ નહોતો.

માંડ માંડ એ પોતાની ચા બનાવી શકી. ઘરની બહાર કદાચ ખુલ્લી હવામાં મનનો પરિતાપ ઓછો થાય એમ વિચારીને એ બેકયાર્ડના ગઝીબો હેઠળ ચા નો કપ લઇને બેઠી. હજુ ય એનુ મન જે બની રહ્યુ હતુ માનવા તૈયાર નહોતુ.

પણ હવે ધીમેધીમે અંકોડા બેસતા જતા હતા. છેલ્લા કેટલાય સમયથી સત્ય થોડો

### ઉગી પ્રીત આથમણે કોર

ખોવાયેલો રહેતો હતો. ઘરમાં આવ્યા પછી ય જાણે સત્યની ઘરમાં હાજરી જ ન હોય એવી રીતે ઉખડેલો રહેતો હતો. સત્યની આ બેચેની પૂજા માટે નવી હતી. ઘરમાં એક અજનબીની જેમ રહેતા સત્યને આખો દિવસ ક્લિનિક પર પસાર કર્યા પછી ય એટલો સમય ઓછો પડતો હોય એમ એ સદા કોઇને કોઇ બહાને ક્લિનિક જવા તત્પર રહેતો. ક્યારેક તો ક્લિનિક પહોંચવાના નિયત સમય કરતાં પણ એને ક્લિનિક વહેલા જવાની ઉતાવળ રહેતી. ક્યારેક શાંતિથી બેઠો હોય અને અચાનક ટેક્સ મેસેજ આવતા ક્લિનિક પર વહેલા જવાનુ થતુ તો એના ચહેરા પર ખુશી છવાઇ જતી. અને જો કોઇ કારણસર ઘરે વહેલા આવવાનુ થયુ હોય તો એ એકદમ અકળાયેલો રહેતો અને કોઇપણ વાતમાં એનુ ચિત્ત પણ રહેતુ નહી. ઘણીવાર તો એની હાજરીમાં થયેલી વાત પણ આખે આખી એના ધ્યાન બહાર જ ગઈ હોય એટલો શૂન્યમનસ્ક થઈ જતો એ ય પૂજાને યાદ આવ્યુ. અરે એક વાર તો અમર અને અક્ષય શુક્રવારે આવીને

સહિયારુ સર્જન

બહારથી ડીનર ઓર્ડર કરીને ડેડ્ને વહેલા આવવા ફોન કર્યો હતો ત્યારે પણ એને વહેલા આવવુ નહોતુ જ ગમ્યુ. એના આવા વર્તનનુ કારણ કોઇ પેશન્ટની ઇમર્જન્સી હશે એમ પૂજાને લાગતુ અને એ પુછી પણ લેતી તો સત્ય એની પર પણ થોડો અકળાઇ જતો. રજાના દિવસે સવાર તો માંડ પસાર થતી પણ બપોર પછી તો એ એકદમ જ મુડલેસ બની જતો.

“સત્ય, હવે શું છે? આજે તો શાંતિથી ઉઠ્યો છું ,કામનું કોઇ ટેન્શન નથી. સવારથી વાત થઈ હતી કે તને ઇચ્છા હશે તો ક્યાંક બહાર જઇશુ નહીતો ઘેર રહીને કોઇ સારુ મુવી જોઇશું. પણ ક્યારની જોઉં છું કે જાણે કોઇ પરેશાની હોય એમ બોલ્યા ચાલ્યા વગર સાવ જ આમ સુનમુન બેસી રહ્યો છે. ખબર છે આમ તારી ચુપકીદી મને કેટલી અકળાવે છે? કોઇ વાત હોય , કોઇ પ્રોબ્લેમ હોય તો શેર કર તારો મનનો ભાર હળવો થશે અને મને પણ કંઇ સૂઝ પડશે.”

## ઉગી પ્રીત આથમણે કોર

" પૂજા , પ્લીઝ એવુ કશું જ નથી . હું ય માણસ છું , મને ય થાક તો લાગે ને? "

" લાગે સત્ય, આખો દિવસ કામ કર્યું હોય તો થાક ચોક્કસ લાગે પણ આખો દિવસ કામ કરી આવે ત્યારે થાક લાગે પણ તું જ્યારે કામ પરથી આવે ત્યારે તો તું જરાય થાકેલો નથે હોતો? અરે! ઘણી વાર તો તને કેટલુ મોડુ થાય છે ત્યારે પણ તું ફ્રેશ હોય છે, મુડમાં હોય છે અને રજાના દિવસે શાંતિ હોય ત્યારે થાક લાગે એ જરા મારી સમજણ બહારની વાત છે. "

પૂજા , આ તારા સવાલોનો મારી પાસે કોઇ જવાબ નથી માટે પ્લીઝ હવે એક પણ વધારે સવાલ કરીશ નહી"

અને પૂજા મ્હોં વકાસીને જોયા વગર કશું જ કરી શકતી નહી. હા ! એવુ બનતુ કે પૂજા સાંજે કિચનમાં બીઝી હોય ત્યારે સત્ય વળી પાછો એના નવા સેલ ફોન પર લાંબો સમય

રોકાયેલો રહેતો અને એ પછી એનો મુડ જરા તરા સરખો થતો. અને મુડ સહેજ સરખો હોય તો પાછો પૂજા પર ધોધમાર વરસી ય પડતો. પૂજાના નામની બૂમાબૂમ કરી મુકતો.

પૂજા, કમ ઓન, શું કરે છે? ચાલ આજે તો હું ચા બનાવુ , લાવ તારે શું કામ છે ? બંને જણ સાથે મળીને કરીએ પછી શાંતિથી બેસાય. ત્યારે ક્યારેક પૂજાને લાગતુ કે સત્ય જરૂર કરતા પણ વધારે એની પરવા કરી રહ્યો છે અને ત્યારે ય એ મ્હોં વકાસીને જોયા વગર કશું જ કરી શકતી નહી.

પૂજાને વળી પાછુ યાદ આવ્યુ અલાસ્કા જવાનુ થયુ ત્યારથી સત્ય એક બીજો સેલ ફોન રાખતો થયો હતો . અને એ નવો સેલ ફોન તો એક પળ વારે ય રેઢો મુકતો નહોતો. પતિ-પત્નિ બંને ડૉક્ટર હતા એટ્લે એમના સેલ ફોનની અગત્યતા તો એમના માટે હતી એના કરતાય એમના પેશન્ટ માટે વધુ હતી એટલુ તો એ ય સમજતી પણ આ પહેલા તો ક્યારેય

સેલ ફોન માટે સત્યની આટલી સતર્કતા જોઇ નહોતી. સેલ ફોન પર વાત કરવાના બદલે ટેક્સ મેસેજનુ પ્રમાણ વધતુ ગયુ હતુ.

શાવરમાં ગયેલા સત્યને કયા ફોનની રીંગ સંભળાવાની હતી? તેમ છતાં એ આ નવો સેલ ફોન બાથરૂમમાં પણ સાથે જ રાખતો.જેમ રાત્રે સુતા સુધી એ સેલ ફોન પર ટેક્સ મેસેજની આપલે કરતો એમ સવાર પણ એની સેલ ફોન પર મેસેજ ચેક કર્યા વગર શરૂ નહોતી થતી. ઉંઘમાંથી ઉઠીને આંખ ખુલે અને સીધો જ એ સેલ ફોન પર મેસેજ ચેક કરવા બેસી જતો. પૂજા જરાક આઘી પાછી હોય અને સત્ય સેલ ફોન પર લાગેલો જ હોય.ઘણી વાર રાત્રે ઉંઘમાં પણ બેચેની અનુભવતા , આમથી તેમ પડખા બદલ્યા કરતા સત્યને ઢંઢોળીને એણે પુછ્યુ ય હશે પણ એનો ય એને ઉડાઉ જવાબ જ મળતા હતા ને?

ઓહ ! તો આ બધુ કિમ ના નામ પર થતુ રહ્યુ. આ કિમ ક્યારે પૂજાને હડસેલીને એની

જીવનમાં પ્રવેશી ગઈ? સત્યની અધિરાઇ ,આતુરતા પેશન્ટ કરતાં કિમ માટે વધારે હતી? આ ક્યારે બની ગયુ? અને હવે પૂજાને એ પણ યાદ આવ્યુ કે જ્યારે જ્યારે સત્યને કોન્ફરન્સ માટે ક્યાંય પણ જવાનુ થતુ ત્યારે તો એની અધિરાઇ હદ પાર કરી જતી. આજ સુધી એ અંધારામાં જ રહી ને? એ તો એમ માનતી રહી કે એનો સત્ય એના વ્યવસાયને લીધે , એના પેશન્ટો તરફ એની ફરજના લીધે આટલો વ્યસ્ત રહેતો હતો પણ હવે એની વ્યસ્તતા શેને આભારી હતી એ આજે સ્પષ્ટ થતુ જતુ હતુ. સતત નજર સામે ઉઠતી ધુમ્રસેરની પાછળ કયો અગ્નિ ભારેલો હતો એ હવે આજે ખબર પડતી હતી.

આંખ સામે બાઝેલા પડળ એક પછી એક ખુલતા ગયા અને પૂજાની મનોવેદના વધારતા ગયા. કોણ જાણે સત્યના જીવનમાં આ નવા મેઘનુષી રંગોની બહાર ક્યારે ખીલી? લગ્નની ૨૫મી વર્ષગાંઠની પાર્ટીમાં પણ સત્યનુ બહાવરાપણુ પોતાના ધ્યાનમાં તો

આવ્યુ જ હતુ. આંખ સામે પોતે હોવા છતાં નજર કોને શોધતી હતી એની એ ક્ષણે તો ખબર પડતી નહોતી પણ આજે એ તલસાટ કોના માટે હતો એ ય સમજાઇ ગયુ. પાર્ટીમાં પ્રવેશેલી કિમને અપાયેલુ પ્રગાઢ આલિંગન અને એના બાળકો પ્રતિ વ્હાલ એ સમયે તો અમેરિકન શિષ્ટાચાર સમુ એને લાગ્યુ પણ એ માત્ર શિષ્ટાચાર નહોતો એમાં શૃંગારરસ પણ ભળેલો હતો એ ય દિવા જેવુ સ્પષ્ટ થવા લાગ્યુ.

થાકી ગઈ, પૂજા વિચારો કરીને થાકી ગઈ. હવે તો સત્ય આવે અને એની પાસે થી જાણવા મળે એ કડવા સત્યની જ એને રાહ જોવાની રહી.

પણ સત્ય ક્યાં હતો? કોલોરાડોની કોન્ફરન્સમાં ? હવે તો એને એની ય શંકા થવા માંડી

સહિયારુ સર્જન

# ઉગી પ્રીત આથમણે કોર(૬) રાજુલ શાહ

પણ સત્ય ક્યાં હતો? કોલોરાડોની કોન્ફરન્સમાં ? હવે તો એની ય પૂજાને શંકા થવા માંડી.
પૂજાની શંકા સાવ અસ્થાને ય નહોતી જ સ્તો વળી. સત્ય કોલોરાડો કોન્ફરન્સમાં તો ગયો જ હતો પણ છેલ્લા કેટલાક વર્ષોથી એક સિલસિલો ઉભો થયો હતો એમ એ એકલો નહોતો. સાથે હતી કિમ.

આ કિમ ! ઓહ એની તો હવે કોઇ કાળે અવગણના કરી શકે એમ હતો જ નહી સત્ય. પૂજાની જેમ કિમ પણ એના જીવનનુ એક સત્ય બની ગઈ હતી જેના વગર સત્યની એક એક પળ અધુરી હતી. જેના વગર સત્ય ખુદ અધુરો હતો. કઈ ક્ષણે એણે સત્યના જીવનમાં એક ચોક્કસ જગ્યા બનાવી હતી એ ય સત્યને તાજી જ અનુભવેલી ક્ષણની જેમ યાદ હતી અને હવે તો એ સમજાતુ હતુ કે હવે કિમ વગર એના દિવસો ,એનુ જીવન સુનુ હતુ. પૂજા એક હકિકત હતી તો કિમ એક ખુબસુરત ખ્વાબ હતુ જેને સત્ય ખુલ્લી આંખે પણ નજર સમક્ષ નિહાળી શકતો હતો. જેની સાથે પળે પળ વિતાવી શકતો હતો , જેનુ સાનિધ્ય સતત માણી શકતો હતો એવુ એક જીવંત ખ્વાબ.

પૂજા એના જીવનની એક ઢળતી સાંજ હતી તો કિમ ઉગતા

સૂરજની લાલિમા. પૂજા વરસાદી સાંજનો મંદ મંદ વહેતો પવન હતી તો કિમ વાસંતી વાયરો જે એના તન-મનને ઉન્માદિત કરી મુકતો. પૂજા શાંત શિતળ વ્યક્તિત્વ હતુ તો કિમ એક ચંચળ વ્યક્તિ જેની હાજરીમાં સત્ય ખુદ ચંચળ બની જતો અને એની પાકટતા એની પીઢતા પળ વારમાં ઓગળી જતી.

૨૫ ૨૫ વર્ષોના લગ્ન જીવન પછી પૂજામાં એક સ્થિરતા આવી હતી. ઘરની વ્યવસાયની જવાબદારીઓ એ એને પ્રગલ્લ્ભ બનાવી હતી. સત્ય તરફ એનો પ્રેમ હજીય એમ જ અકબંધ હતો પણ વહેવાની રીત બદલાઇ હતી. લગ્નના શરૂઆતના વર્ષો હતા જ્યારે પૂજા પણ ધસમસતી સરિતાની જેમ સત્યમાં સમાઇ જતી. સત્યને એની લાગણીનો આ ધસમસતો પ્રવાહ ખુબ ગમતો. સત્ય એના આ પૂરના વહેણમાં વહી જતો. એને એનુ આમ વહી જવુ ખુબ ગમતુ. એક બીજાના સાનિધ્યને પળે પળ ઝંખતા સત્ય અને પૂજા માટે મધુરજની સમા એ સમય દરમ્યાન દિવસો લાંબા અને રાત ટુંકી બની રહેતી.પળ પળની એક બીજા માટેની તરસ , એ તલસાટે ય મધુરા લાગતા.આ તરસ , આ તલસાટ અમર અને અક્ષયના જન્મ સુધી બરકરાર રહ્યા. પરંતુ ત્યાર બાદ બાળકોના ઉછેર અને વ્યવસાયની વ્યસ્તતાએ પૂજાને ધીર ગંભીર બનાવી. ઉન્માદના એ વર્ષોમાં ચંચળ ઝરણા જેવી પૂજા આસ્તે આસ્તે બંને કાંઠે વહેતી અને તેમ છતાં ઠરી ઠામ

થયેલી સરિતા સમી બનતી ચાલી.જવાબદારીઓ એને ગંભીર અને કંઇક અંશે ઠરેલ બનાવી.પૂજામાં એક પ્રિયતમા પછી એક પત્નિ અને હવે એક પત્નિની સાથે સાથે એક મા વિકસતી ચાલી. જ્યારે સત્ય હજુ ય એના પ્રેમમાં ગળાબૂડ , સત્યની આસપાસ મંડરાતી પૂજા શોધતો. ધીમેધીમે એના ય ઉન્માદો ઓસરતા ચાલ્યા. માત્ર ઓસરતા ચાલ્યા, ઠર્યા તો નહોતા જ. હ્રદયના એક ઉંડા ખૂણે હજુ ય એ પૂજાનો સતત સહવાસ ઝંખ્યા કરતો. હજુ ય એના મનમાં પૂજા પત્નિ કરતા પ્રિયતમા બની રહે એવી તિવ્રતા એટલી જ પ્રબળ હતી. હજુ ય એવી કેટલીક એષણાઓ હતી જે સત્યમાં રહેલા પુરૂષને સતત બળતો રાખતી. એવી કેટલીક એષણાઓમાં એક એવી તિવ્ર ઝંખના હતી દિકરીની.

“પૂજા, આ અમર અને અક્ષય તો બે વર્ષના થવા માંડ્યા હવે તો કંઇક વિચાર. એક દિકરી તો જોઇએ જ ને? દિકરા તો ક્યાંય આપણને મુકીને એમના સંસારમાં ઓતપ્રોત થઈ જશે. દિકરી હશે તો ઘડપણ નો છાંયો બની રહેશે”

“કેમ? સત્ય આપણે નથી? બા -બાપુજીને કોણ સાચવે છે? દિકરો કે દિકરી એ તો નસીબની વાત છે.
ઋણાનુબંધની વાત છે. દિકરી તો મારે ય જોઇતી હતી.પણ એટલા માટે નહી કે એ આપણા ઘડપણનો છાંયો બની રહે. દિકરી તો ઘર આંગણનો તુલસી ક્યારો છે. પણ જો પુત્રવધુને

## ઉગી પ્રીત આથમણે કોર

નિરંતર પ્રેમથી સિંચીએ તો એ પણ ઘરમાં રાતરાણીની જેમ મહેકી ના ઉઠે? પુછી જુવો બા-બાપુજીને એમને ક્યારેય દિકરી ન હોવાની ખોટ સાલી છે? આજે કદાચ તારા કરતા ય મારી સાથે એમનો વ્હાલનો નાતો વધુ ઉંડો છે. ક્યારેક એવુ બને કે લોહીના સંબંધ કરતા લાગણીનો સંબંધ વ્હેંત ઉંચો ય સાબિત થાય."

"પૂજા, તારી સાથે તો વાત કરવી જ અઘરી છે . વાતને તું સીધુ વિવાદનુ સ્વરૂપ આપી દે છે. મારી ઇચ્છાઓનો પડઘો ક્યારેય તારા સૂરમાં હોતો જ નથી. ક્યારેય એવુ બન્યુ છે કે બસ મને ખુશ કરવા ઢાલી તો ઢાલી પણ હા પાડી હોય? "

"પણ મારી વાત ખોટી હોય તો બોલ , તું કહે એ કરવા તૈયાર છું બસ? "

અને સત્યને ખબર હતી કે પૂજાની વાત ખોટી તો નહોતી જ પણ બસ સત્યને હજુ ય આજે એની હા માં હા પૂરાવતી , એના બોલનો પડઘો પોતાની વાણીમાં ઝીલતી પૂજા જ જોઇતી હતી. અને તેમ છતાં ય એણે એના મનનુ સમાધાને ય કરી જ લીધુ હતુ. પૂજાની મરજીને ઉવેખીને એને કશું જ પ્રાપ્ત નહી થાય એ ય એણે સ્વીકારી લીધુ હતુ. એક પુરૂષે , એક પતિએ અનિચ્છાએ પણ પત્નિની સમજને સ્વીકૃતિ આપી દીધી હતી.

કોઇ જાતના ચઢાવ-ઉતાર વગર જીવન જીવાતુ જતુ હતુ. જીવનમાં કોઇ ઉણપ હતી એવુ ય નહોતુ. ઘરમાં સ્થિરતા હતી, સ્નેહ હતો , સંપ હતો ,સંપત્તિ હતી જે ઉત્તરો ઉત્તર વધતી જતી હતી. કોઇ જાતની ઉણપ સુધ્ધા નહોતી. કદાચ આ જીવનનુ આ સત્ય સત્યે સ્વીકારી લીધુ હોત જો કિમ એના ક્લિનિકમાં અને એના જીવનમાં પ્રવેશી ન હોત તો.

કોલારાડોની કોન્ફરન્સ પત્યા પછીની એ સાંજે કોફીના કપમાંથી ઉઠતી સેરની આરપાર જોઇ રહેલા સત્યને જોઇને કિમ સમજી શકી કે એના મનમાં કોઇક કશ્મકશ ચાલી રહી છે જેમાંથી સત્યને બહાર લાવવો હાલ પુરતો તો શક્ય જ નથી. એ પણ ચુપચાપ કોફીનો કપ હાથમાં લઈ ધીમી ચુસ્કી સાથે દૂર ગગનમાં આથમતા સૂર્યની લાલિમા જોઇ રહી.

સત્યને આજે પણ એ દિવસ એમ જ યાદ હતો જ્યારે કિમને એના ક્લિનિકમાં કિમોથેરેપી આસિસ્ટન્ટ નર્સની પોસ્ટ પર હાયર કરવામાં આવી હતી. સહેજ સાંવલી પણ શાર્પ ફિચર્સ ધરાવતી અલ્લડ ચાઇનીઝ કિમ અમેરિકન કરતાં ઇન્ડીયન વધારે લાગતી હતી.કિમના વ્યક્તિત્વમાં એક અજબ સંમિશ્રણ હતુ. ચંચળ વ્યક્તિત્વ ધરાવતી કિમ કીમોથેરેપી દરમ્યાન પેશન્ટ સાથે અત્યંત માયાળુ બની જતી. એ હંમેશા માનતી કે કેન્સરના પેશન્ટોના મનમાં એક અનિશ્ચિત્તતા હોય છે. રોગ સાથે સમય સામે ઝઝૂમવા છતાં જીવન કે મૃત્યુ સામે

હાર કે જીત માટે અનિશ્ચિત્તતાનો ભય સતત હોય છે. આવા સમયે દવાની સાથે સાથે દુવા , સારવારની સાથે સંવેદના ,કીમોની સાથે કોમળતાભર્યો વ્યવહાર જ પેશન્ટને દર્દ સહેવાનુ બળ આપે છે. અરે બાળ દર્દી કરતાં ય એમના માતા -પિતાને વધુ હમદર્દીની જરૂર હોય છે. હજુ તો રોગ પ્રતિકારક વેક્સિન શૉટ આપ્યા ન આપ્યા અને કીમો આપવાની જરૂર પડી જાય ત્યારે એ અભાગી બાળકના માતા-પિતા પર કેવો કેર વરસતો હોય? આવા સમયે બાળકને શારીરિક અને મા-બાપ માનસિક રીતે ન તુટે એટલો સધિયારો મળી જાય તો એ ય એમના માટે એ આશિર્વાદ કહેવાય.

કિમ ઘણી વાર બાળકો માટે અવનવા નુસ્ખા શોધી લાવતી. ફેસ્ટીવલ સમયે ક્યારેક વોર્ડમાં જ એનુ પરંપરાગત રીતે સેલીબ્રેશન કરાવતી તો ક્યારેક બાળકોને ક્લિનિકની નજીક પાર્કમાં લઈ જઈ પિકનિક મનાવતી. હંમેશા દરેક બાળકની વર્ષગાંઠ યાદ રાખીને એના માટે કેક અથવા નાની અમસ્તી ય ગિફ્ટ લઈ આવવાનુ એ ક્યારેય ન ચુકતી. કિમની હાજરી માત્રથી ક્લિનિકનુ વાતાવરણ જીવંત બની રહેતુ. એનો તરવરાટ , એની પરિસ્થિતિને હળવી બનાવવાની રીત દર્દીના ચહેરા પરની ગહેરી ઉદાસી ચીરીને સ્મિત લીપી દેતુ.સત્ય અભિભૂત થઈને એને જોઇ રહેતો.

બીજા પેશન્ટોની જેમ હવે ધીમે ધીમે સત્ય પણ કિમની રાહ

જોતો થઈ ગયો હતો. કારણ કશું જ નહી બસ એમ જ પણ એ એની રાહ જોતો થઈ ગયો હતો. કિમની હાજરીની એને ટેવ પડવા માંડી હતી.

એ દિવસે તો કિમે કમાલ કરી. સત્ય ક્લિનિક પહોંચ્યો ત્યારે કિમે ક્લિનિકને ફુલોથી સજાવી રાખી હતી. સત્યના ટેબલ પર પણ એક સરસ મઝાનો બુકે ગોઠવીને મુક્યો હતો. પણ કિમ ક્યાં હતી? એ તો ક્યાંય દેખાતી નહોતી? સામાન્ય રીતે કિમ સત્ય કરતા વહેલી પહોંચીને સત્યની એપોઇંટ્મેન્ટ ડાયરીમાં જોઇને એ પ્રમાણે પેશન્ટ્ની ફાઇલ તૈયાર કરી રાખતી. અને સત્યનુ સ્મિતથી અભિવાદન કરી પોતાના કામે લાગી જતી. પણ આજે તો એ ક્યાંય દેખાતી નહોતી .સત્યને થયુ કોઇ ઇમર્જન્સી હશે એટલે એ વૉર્ડમાં હોવી જોઇએ.એટલે એ ઉભો થઈને વોર્ડ તરફ ચાલ્યો પણ ત્યાંય સાવ જ સુનકાર સિવાય કોઇ નહોતુ. જરા મુંઝવણ અનુભવતો સત્ય કાફેટેરિયા તરફ વળ્યો અને જરા બારણુ હડસેલીને અંદર પ્રવેશ્યો ત્યાં તો પેશન્ટ અને બાકીના સ્ટાફના “હેપ્પી બર્થ ડે “ના નાદ સાથે કાફેટેરિયા ગુંજી ઉઠ્યો. સેન્ટર ટેબલ પર મોટી મઝાની કેક અને સ્માઇલ સાથે કિમ ઉભી હતી. ઓહ ! તો આમ વાત છે? કિમે આગળ વધીને હળવા આલિંગન સાથે સત્યનુ સ્વાગત કર્યુ અને હાથમાં કેક કાપવાની નાઇફ થમાવી દીધી.

“સર, ઇટ્સ યોર ડે.

વી ઓલ વિશ યુ વેરી હેપ્પી બર્થડે"

ફરી એક વાર હેપ્પી બર્થડેના નાદ વચ્ચે સત્યે કેક કાપી .કિમે આગળ વધીને સત્યના મ્હોંમાં કેકનો પીસ અને હાથમાં સરસ રીતે પેક કરેલી પરફ્યુમની બોટલ મુકી દીધી.

અને એ જ તો ક્ષણ હતી જ્યારે સત્યના હ્રદયના તાર રણઝણી ઉઠ્યા હતા. કિમનુ હળવુ આલિંગન અને હાથનો ઉષ્માભર્યો સ્પર્શ સત્યના હ્રદયના કોઇ ઉંડા ખુણા સુધી ઉતરી ગયા હતા.
અને એ દિવસથી સત્ય કિમ માટે તરસતો થઈ ગયો હતો. કિમ નજર સામેથી જરા દૂર જાય તો પણ એ બેચેન થઈ ઉઠતો. કિમનો પળેપળનો સહવાસ એના માટે પ્રાણવાયુ સમો બનતો ચાલ્યો. સત્ય ફરી એક વાર ખીલતો ચાલ્યો. એવુ નહોતુ કે પૂજા તરફ એ બેદરકારી દાખવતો પણ કિમની એ વધુ ને વધુ પરવા કરતો થઈ ગયો. હવે એના ક્લિનિક આવવાનુ નિમિત્ત પેશન્ટના બદલે કિમ જાણે બનતી ચાલી. એ હવે વધુ ને વધુ સમય ઘર કરતા ક્લિનિક પર રહી શકાય એમ ઇચ્છતો ચાલ્યો. સાંજ પડતા ઘરે પહોંચવાની ઉતાવળ કરતો સત્ય હવે ક્લિનિક વધુ રોકાઇ શકાય એમ તજવીજ કરતો ચાલ્યો. ઘરે પહોંચ્યા પછી ક્યારે બીજા દિવસની સવાર પડે અને ક્લિનિક પહોંચાય એવી રાહ જોવા માંડ્યો. ક્લિનિક પરના આખા દિવસ દરમ્યાનના રોકાણ પછી ય એ

કલાકો ટુંકા અને ઘરના ગણ્યા ગાંઠ્યા કલાકો લાંબા લાગવા માંડ્યા.

ક્લિનિકમાં સતત નજર સમક્ષ રહેતી કિમ ઘેર પહોંચ્યા પછી ય સતત વિચારોમાં રહેવા લાગી હતી. પૂજા સાથેના સાનિધ્ય દરમ્યાન પણ કિમનો ચહેરો મનના ઉંડાણમાંથી ખસતો નહોતો. કિમના પરફ્યુમની સુવાસ એના તન-મનને એટલા તરબતર કરી મુકતીકે જાણે એનો એહસાસ સતત એના શ્વાસેશ્વાસમાં રમ્યા કરતો.

કિમ માટેની આ બેચેની, આ તલસાટ સત્યને ગમવા માંડ્યો. કોઇને કોઇ બહાને કિમ એની આસપાસ જ હોય એમ એ ઇચ્છવા માંડ્યો. સવારે ઉઠીને ક્લિનિક પર જવા ઉતાવળો અને બેબાકળો એ થવા માંડ્યો.પૂજા વગર સુનુ લાગતુ ઘર કિમની અદ્રશ્ય હાજરીથી ભરેલુ લાગવા માંડ્યુ. ઘરમાં ક્યારેય એકલો રહેવા ન ટેવાયેલા સત્યને એકાંત ગમવા માંડ્યુ. એ એકલો ક્યાં હતો? હવે તો પળે પળ કિમના અસ્તિત્વનો એહસાસ એના અસ્તિત્વની આસપાસ એક મનગમતો માળો રચવા માંડ્યુ હતુ ને? કેટ કેટલા વિચારો , કેટકેટલા તરંગો મનમાં ઉઠતા અને એકલો એકલો ય ઝૂમી ઉઠતો.સતત એક યાદને મનમાં વાગોળ્યા કરતો સત્ય જેટલો અંદરથી જેટલો ભરેલો હતો એટલો એ બહારથી ખાલી થવા માંડ્યો. હવે એને ઘરની કે બહારની દુનિયા કરતા

પોતાની અંદર વસતી કિમની યાદોની દુનિયા વધુને વધુ પોતાની લાગવા માંડી હતી. મનોમન કેટલાય સંવાદો એ કિમ સાથે કરી લેતો.ક્યારેક એવુ બનતુ કે ઘરમાં બધાની વચ્ચે રહીને ય એ સતત પોતાની દુનિયામાં જ રાચતો રહેતો . આવા સમયે એની નજર સતત જાણે ક્યાંક અગોચરમાં કશુંક શોધતી હોય એમ બીજે જ ખોડાયેલી રહેતી . પૂજાએ પુછેલા સવાલો પણ કાનથી મગજ સુધી પહોંચતા ન હોય એવુ તો પૂજાને ય લાગવા માંડ્યુ હતુ. પૂજા પોતાની સામે જોઇ રહી છે એવો એહસાસ થતા એ પૂજાનો કોઇ ગુનો કરી રહ્યો હોય એમ પૂજા સામે નજર ચોરતો થઈ ગયો હતો.

સત્યના આ મનોવ્યાપારો કે આ બેકરારીથી પૂજા હજુ ય અજાણ હતી પણ સત્યના આ મનોવ્યાપારોથી એની બેકરારીથી હવે કિમ તો જાણે પરિચિત થવા માંડી હતી. સીધે સીધા ન કહેવાયેલા શબ્દો કરતાં ય સત્યનુ મૌન વધુ બોલકુ બન્યુ હતુ. કિમ તરફ ઉઠતી નજરોના ભાવ હવે કિમથી પણ અજાણ્યા નહોતા રહ્યા. કિમની હાજરીથી માત્ર ઝંકૃત થઈ ઉઠતા સત્યના હ્રદયના ભાવોના આંદોલન કિમને ય આંદોલિત કરી મુકતા.અને તેમ છતાં સત્ય અને કિમ એક અંતર જાળવી રાખ્યુ હતુ.

એ અંતર પણ કદાચ જળવાઇ રહ્યુ હોત જો એ દિવસે કિમને સત્ય સાથે ન્યુયોર્ક ઓન્કોલોજીની કોન્ફરન્સમાં જવાનુ ન થયુ

હોત તો.

ન્યુયોર્કની એ ત્રણ દિવસની કોન્ફરન્સ દરમ્યાન સત્ય અને કિમ વચ્ચે રહ્યુ સહ્યુ અંતર પણ ઓગળી ગયુ. સામાન્ય રીતે કોન્ફરન્સ સાંજના ડિનર સુધી લંબાતી. પણ એ દિવસે કિમને જરા બેચેની જેવુ લાગતા એ સહેજ વહેલી નિકળી ગઈ. પ્રોટોકોલ પ્રમાણે સત્ય તો કોન્ફરન્સ છોડીને નિકળી શકે એમ નહોતો પણ દિવસના અંતે એ મેરિયેટ પહોંચ્યો ત્યારે પોતાના રૂમ પર જતા પહેલા કિમને જોઇ લેવા એના રૂમના ડૉર પર દસ્તક દીધા. કોન્ફરન્સમાંથી આવીને કિમ ફોર્મલ ડ્રેસ બદલીને એકદમ કેઝ્યુલ હલકા ફુલકા ગાઉનમાં બેઠી હતા. આ પહેલા સત્યે એને ક્યારેય ફોર્મલ ડ્રેસ સિવાય જોઇ જ નહોતી. અત્યારે નજર સામે કિમનેઆ નવા જ અંદાજમાં જોઇને સત્યનુ હ્રદય એક ધડકારો ચુકી ગયુ . બે ઘડી દરવાજા પાસે જ ખોડાયેલા સત્યને એ અહીં કેમ આવ્યો છે એ ય યાદ ન આવ્યુ.

“Sorry sir, i was feeling little uncomfortable so left the conference .I am extremely sorry sir.”

કિમે અત્યંત સંકોચ સાથે સત્યની માફી માંગી ત્યારે તો સત્યને યાદ આવ્યુ કે ઓહ એ અહીં કિમની નાદુરસ્તીનુ કારણ જાણવા આવ્યો હતો. સાધારણ એસીડીટીના લીધે કિમને ક્યારેક સહેજ માઇગ્રેનની અસર થતી . આજે પણ એમ

## ઉગી પ્રીત આથમણે કોર

બન્યુ હોવાથી એ પાછી આવી ગઈ હતી પણ આવીને એણે દવા લઇ લીધી છે એટલે હવે એ બરાબર હતી એમ એણે જણાવીને સત્યને બેસવા વિવેક કર્યો. આમ પણ કોન્ફરન્સ બાદ સાંજે ખાસ કંઇ ન કરવાનુ હોવાથી સત્યને એની સામે વાંધો ય નહોતો. અથવા તો એ કદાચ મનોમન કિમનો સહવાસ ઝંખતો ય હતો.

ક્લિનિકમાં સતત હસતી હસાવતી ; સતત બોલતી રહેતી કિમ અત્યારે સાવ જ ચુપ હતી. એની આ ચુપકિદી સત્ય માટે સાવ જ નવી હતી. કિમના ચહેરા પરની લાલાશ જોઇને એણે ઉભા થઈને કિમના કપાળે સ્પર્શ કરી જોયો , કદાચ ફિવર હોઇ શકે. પણ ના ! ફિવર નહોતો પણ એનુ આમ સ્પર્શવુ કિમને ગમ્યુ. કિમના મનમાં આ ઘડી થોડી લંબાય એવી અદમ્ય ઝંખના ઉઠી અને અનાયાસે એનાથી પોતાના કપાળે મુકાયેલા સત્યના હાથ પર હાથ મુકાઇ ગયો. આજ સુધી મનમાં જ દબાયેલી રહેલી
ઝંખનાઓનો આમ પ્રતિસાદ મળતા સત્યની આજ સુધી દબાયેલી લાગણીઓ પૂરની જેમ ઉમટી.ઘુઘવતા સાગરની જેમ સત્ય હિલોળે ચઢ્યો.

સત્યના પૂજા સાથેના લગ્ન જીવનમાં કોઇ અભાવ હતો એવુ ય નહોતુ. કોઇ જાતના સુખ માટે એને વલખા મારવા પડ્યા હોય એવુ ય નહોતુ. પણ કિમના સ્પર્શ થકી એક અદમ્ય ભૂખ

ઉઘડી હોય , એક અજબ જેવી તરસ જાગી હોય એવુ કેમ લાગતુ હતુ? કિમ પણ એના એ પૌરૂષી સ્પર્શથી વશીભૂત થતી હોય એમ પોતાની જાતને સત્યમાં ઓગાળી દેવા એને અનુસરી રહી. મેરિયેટની એ ચાર દિવાલો વચ્ચે સત્ય અને કિમ વચ્ચેનુ રહ્યુ સહ્યુ અંતર પણ ઓગળી ગયુ.

અંતર તો ઓગળી ગયુ પણ બંનેના તન-મન પર જે ઉન્માદનુ આવરણ છવાઇ ગયુ અને એ ઉન્માદની પળોને વારંવાર માણવાની , સંતોષવાની જરૂરિયાતો વધતી ગઈ. અને દરેક કોન્ફરન્સમાં કિમની હાજરી આવશ્યક અને આવકારદાયક બનતી ગઇ.

ફરી એક વાર કોલારાડોની કોન્ફરન્સની એ સાંજે મેરિયેટની બાલ્કનીની બહાર નજર ખોડીને બેઠેલા સત્યની નજર સામે આ સમગ્ર વર્ષો ફિલ્મની રીલની માફક સરી ગયા. શરૂઆતમાં તો કિમ સાથે હોય ત્યારે બધુ જ ભુલી જતા સત્યના મનમાં ક્યાંય કોઇ અછડતીય અપરાધભાવના ઉઠતી સુધ્ધા નહી. પૂજા સાથે હોય ત્યારે ય નહીં. પૂજાની હાજરી મંદિરમાં રહેલી પૂજ્ય પણ નિષ્પ્રાણ મૂર્તિ સમી લાગતી તો કિમ એક મદિરાલય હતી જ્યાં એની હાજરીનો માદક નશો કેફ બની ને સત્યના દિલોદિમાગને તરબતર કરી મુકતો.

અને એક દિવસ કિમે સત્યને એમના સહવાસની ફલશ્રુતિ સમા એની પ્રેગનન્સીના સમાચાર આપ્યા. સત્ય તો એકદમ ખુશ.

"કિમ , ખબર છે મને એક દિકરી જોઇએ છે. વિશ્વાસ છે મારુ આ સપનુ તું સાકાર કરીશ. લેટ'સ ગેટ મેરિડ .મારી દિકરી ને લિગલી બધા જ હક મળવા જોઇએ. પ્રેમ કર્યો છે મેં તને, આ કોઇ માત્ર શારીરિક વ્યવહાર નહોતો મારી અને તારી વચ્ચે એવો વિશ્વાસ તને પણ અપાવવો છે."

અને સાચે જ સત્યે કિમ સાથે રજીસ્ટર મેરેજ કરી લીધા. સત્યે લગ્નનુ સર્ટીફિકેટ હાથમાં મુકીને કિમના એની સાથેના સબંધની યોગ્યતાનો વિશ્વનિય પૂરાવો આપી દીધો પણ સત્યનો વિશ્વાસ સાચો ન ઠર્યો. સત્યની દિકરી માટેનુ સપનુ કિમ સાકાર ન કરી શકી. એક વાર નહી બીજી વાર પણ એ સત્યને દિકરી ન જ આપી શકી.

દિવસો અને એ પછી વર્ષો વિતતા ગયા. જીવન જીવાતુ રહ્યુ. પૂજાની જાણ બહાર પૂજા અને કિમ વચ્ચે સત્ય વહેંચાતો રહ્યો. હવે એટલો ફરક પડ્યો કે સત્યના કોઇ કોઇ વારના નિસ્પૃહી વર્તાવને પૂજા નિરપેક્ષતાથી ઝેલતી રહી કોઇ અંદેશા વગર, કોઇ સવાલ વગર.અને પૂજાના આ અનેપેક્ષિત વર્તનના કારણે સત્ય ધીમેધીમે અંતરથી એક બાજુ આશ્વત

થતો ગયો તો બીજી બાજુ થોડો અથરો ય થવા માંડ્યો. સત્યને થતુ કે કોઇવાર તો પૂજા એને ઝંઝોડી નાખે , એને હચમચાવીને હકિકત જાણી લે. પણ ના ! પૂજાના મનમાં તો ક્યારેય સત્યના બદલાયેલા વર્તન કે વ્યવહાર માટે એના વ્યવસાયની વ્યસ્તતા સિવાય બીજો વિચાર સુધ્ધા ના આવ્યો. પૂજાના આ વિશ્વાસ પર જ સત્ય વારી જતો અને પૂજા પર અનરાધાર વરસી ય પડતો. પૂજા સાથે જરૂર કરતાય વધુ નરમીથી પેશ આવતો. પૂજાની જરૂરિયાતો પર જરૂર કરતા પણ વધુ ધ્યાન આપતો. કિમની હાજરી ન હોય ત્યારે ક્લિનિક પરથી પૂજાને ફોન કરીને બસ એમ જ વાત કરતો થયો ત્યારે ઘેર આવ્યા પછી પૂજા જ પોતાનુ ફોકસ છે એવી પ્રતિતિ કરાવવાની એક તક ન છોડતો. પૂજાના ગમા-અણગમા જ જીવનનુ ધ્યેય છે એમ દર્શાવવા સતત પ્રયત્નશીલ રહેતો. પૂજાને ગમતી દરેક પ્રવૃત્તિમાં પૂજાને સાથ આપતો થયો. પૂજાને આ નવા સત્ય તરફ કે એના બદલાયેલા અંદાજ તરફ પણ ક્યારેય કોઇ અંદેશો ન જ આવ્યો.

“પૂજા , આ વીક એન્ડ શ્રેયા ઘોષાલ નાઇટ છે, આપણી ટીકીટો આવી ગઈ છે.”

“પૂજા , આ વખતે દિવાળીમાં બા-બાપુજી ને લઈને દર્શન કરવા જવુ જ છે . એ દિવસની તારી એપોઇન્ટ્મેન્ટ ચેક કરી

લેજે અથવા તો ઇમર્જન્સી કોલ બીજા કોઇને સોંપી દેજે.

“પૂ...........જા , જલદી આવ ,કલ હો ના હો છે ટી વી પર , તારે જોવુ હતુ ને?

પૂજા , પૂજા ,પૂજા ...........

પૂજાનુ નાની નાની વાત પર એ કેટલુ ધ્યાન આપે છે એ દર્શાવવાની એક તક છોડતો નહોતો. ક્યારેક પૂજાને અમસ્તી ય શાંત જોતો તો એનુ હ્રદય એક થડકારો ચુકી જતુ. પૂજાને કિમ અંગે કંઇ જાણ તો નહી થઈ હોય ને? જો કે એના અને કિમના સંબંધી આછો પાતળો ય ધુમાડો પૂજા સુધી ન પહોંચે એવી રીતે એ આગને હવાથી દૂર રાખી હતી. પણ તેમ છતાંય પૂજાની કોઇવારની ચુપકીદીકી ય એને વસમી લાગતી. એક ગિલ્ટથી એનુ મન ભરાઇ જતુ.લગ્નના ૨૫ વર્ષની પાર્ટી ,અલાસ્કાની ટ્રીપ પણ પૂજાને ખુશ કરવા કરતા પોતાના મનના અપરાધભાવને ઓછો કરવા તો નહોતી કરી ને? મનમાં આવો વિચાર કેમ આવ્યો? ખરેખર એવુ જ હતું? હા ! આમ તો એવુ જ હતુ ને? હવે એ પોતાને પૂજાના ગુનેગારની દ્રષ્ટિએ જોતો થયો હતો એટલે બને ત્યાં સુધી પોતાના મનનો ભાર પોતાની જ રીતે ઓછો કરવા મથતો ગયો. પણ મનના એ ગિલ્ટ સાથે ય એ કિમ તરફ વધુ ન વધુ ખેંચાતો ગયો.

સત્યને કિમ સાથે અનાયાસે ગાળેલી એ પળ યાદ હતી એટલી જ તિવ્રતાથી એ પળ પણ યાદ હતી જ્યારે કોલારાડોની કોફરન્સના બીજા દિવસે એ ઘેર પહોંચ્યો હતો. બા-બાપુજી એમના સિનિયર સીટીઝન સેન્ટરની કોઇ પિકનીક પર જવા નિકળી ગયા હતા. પૂજા એકલી જ હતી. એમના બેકયાર્ડના ગઝીબોની લવ સીટ પર ઉંધી ફરીને બેઠેલી હતી. આખો દિવસ પૂજાએ બસ આમ જ પસાર કર્યો હતો એની એને ક્યાં ખબર હતી? . ચેતના વિહોણા તનને લઈને પૂજાએ ઘરના થોડા ઘણા કામ પતાવ્યા હતા. સત્ય માટે ડીનર બનાવ્યુ હતુ અને અત્યારે ફરી એ બહાર જઈને એનાએ ગઝીબો સીટ પર જઈને બેઠી હતી. સત્યે પાછળથી આવીને એને આલિંગનમાં લીધી. પૂજા સત્ય તરફ ફરવાના બદલે એમ જ ઉંધી બેસી રહી.સત્યના આગમનની કોઇ નોંધ લીધા વગર એ સાવ જ શાંત બેસી રહી. સત્યે હળવેથી અને જરા વ્હાલથી એને પોતાના તરફ ફેરવી. પણ સત્યનો હાથ છોડાવીને એ કિચનમાં જતી રહી. ડીનર ટેબલ તૈયાર કરીને જમવાનુ પિરસ્યુ. આ બધુ કરવાની સાથે પણ પૂજા ઉદાસ હતી, એના ચહેરા પર કાલિમા કેમ છવાયેલી હતી? હમણાં હમણાંના બદલાયેલા સત્યે પૂજાને જરા વધારે પડ્તા ઉમળકાથી બોલાવી. પણ પૂજા હજુ ય શાંત હતી. એનો ચહેરો રડી રડીને લાલઘુમ બની ગયો હતો.આંખોના પોપચા સુજીને ભારે થઈ ગયા હતા.બંને જણા ડિનર ટેબલ પર બેઠા હતા.

આમ તો પૂજા સવાલ ખૂબ પૂછતી પણ આજે તેને શાંત જોઈ સત્ય બોલ્યો ,'મેમસાહેબ કેમ આજે મુડમાં નથી ?'' પૂજા માત્ર હસી. સત્યને ખરેખર નવાઈ લાગી. ઉઠીને ફરી એક આલિંગન આપી બોલ્યો 'શું વાત છે પૂજા? '

પૂજાએ સત્યના હાથમાં પેલી કાપલી થમાવી દીધી. KIM KAAMI KOMLANGI KAAYAAL. કિમ કામી કોમલાંગી કાયલ..........

સહિયારુ સર્જન

# ઉગી પ્રીત આથમણે કોર(૭) રાજુલ શાહ

સત્યના હાથની ભિંસ ઢીલી પડી ગઈ. ડાઇનિંગ ચેર પર એ ફસડાઇ પડ્યો. કશું જ બોલ્યા વગર નત મસ્તક બેસી રહેલા સત્ય પાસે પૂજાના સવાલોનો કોઇ જવાબ નહોતો. વગર બોલે ચુપચાપ એણે એ નાની અમસ્તી કાપલીની પાછળની લાંબી દાસ્તાનની જાણે કબૂલાત આપી દીધી. આભ તો જાણે પૂજા પર ફાટ્યુ જ હતુ હવે તો પગ નીચેથી જમીને ય ખસી ગઇ.

સત્ય એનો રહ્યો જ નહોતો. ઝાડને એની છાલ બદલવામાં ય કદાચ ક્યાંક ઘસાતુ હશે ,સાપને ય એની કાંચળી ઉતારતા ક્યાંક કોઇ વેદના થતી હશે પણ આ તો ઋતુ એના રંગ બદલે એટલી સરળતાથી સત્યએ તો એની સાથે સપ્તપદીના પગલે ચાલેલી વ્યક્તિને જ બદલી નાખી હતી. એનો સત્ય હવે માત્ર એનો નહોતો રહ્યો . એનો સત્ય હવે વહેંચાયેલો હતો.કોઇ કિમ એના જીવનસાથીની સંગાથી બની બેઠી હતી અને કોઇ ખચકાટ વગર કોઇ ઝીઝક વગર સત્યને એ કબૂલ હતુ. હા ! એક પળ એ અટક્યો જરૂર હતો પણ બીજી જ ક્ષણે એણે સમગ્ર હકિકતનો સ્વીકાર કર્યો હતો અને પૂજાની મરજી ય પુછી હતી.

પણ પૂજાને આ વહેંચાયેલો સત્ય જ કબૂલ નહોતો.

“પૂજા , તું કહે એ મને સ્વીકાર્ય છે. પત્નિ છું તુ મારી પણ કિમને ય પ્રેમ કરુ છું. સાંભળ્યુ છે જીવનમાં પ્રેમ એક વાર થાય અને બીજી વાર થાય એ સમાધાન પણ આજે હું મારા બંને પ્રેમ માટે તું કહે એ સમાધાન કરવા તૈયાર છું. “

“સમાધાન કરવાની તારે કોઇ જરૂર જ નથી સત્ય. મને તારુ કોઇ સમાધાન ખપતુ જ નથી. બહુ જીવી લીધુ આપણે એકબીજાની સાથે હવે આ રીતે મારાથી તો તારી સાથે તારી રીતે નહી જ જીવાય. ક્યાં કઈ ખોટ સાલી તને મારામાં સત્ય એટલુ તો મને કહેતો જા.”

“પૂજા તારામાં કોઇ ખોટ નહોતી, ખોટ મારામાં હતી, મારી વફાદારીમાં હતી. તારી મારા માટેની શ્રધ્ધામાં મારા પ્રેમનુ તેલ પુરવામાં હું જ ઉણો ઉતર્યો. મારા મનની કોઇ વાંઝણી અપેક્ષાએ મને બીજી દિશામાં દોર્યો એમ કહુ તો ય હું તારો તો ગુનેગાર જ છું. તું આપે એ સજા મને મંજૂર છે “

“સજા આપનાર કે માફ કરનાર હું કોણ સત્ય? દરેકના કર્મોનુ ફળ તો આપનારો બેઠો છે એ ઉપરવાળો. અને જ્યાં સંબંધ પુરો થતો હોય ત્યાં કોઇ જાતની આપ-લે જેવા આશ્વાસનો કે ટેકાની ય ક્યાં કોઇ જગ્યા બાકી રહે છે સત્ય?”

“પૂજા , સાચુ કહું છું કેટલાય વખતથી આ આખી વાત મને

## સહિયારુ સર્જન

કોરી ખાતી હતી. તારા સામે નજર કરતાં ય મારો આત્મા મને કોળી ખાતો હતો. કહેવુ હતુ પણ શબ્દો નહોતા, કદાચ શબ્દો મળત પણ હિંમત નહોતી. "

" હવે આ બધી ઠાલી વાતો તો શું અર્થ? પહેલા કરે એ વિચાર અને પછી કરે એ ચિંતા સત્ય. આ બધુ કદાચ પહેલા તેં વિચાર્યુ હોત તો તને મારા કે તારા સંબંધોની ચિંતા કરવાનો વારો ન આવ્યો હોત ને?"

" પૂજા , હજુ ય આપણે પહેલા રહેતા હતા એમ ન રહી શકીએ? "

" ના, ન રહી શકીએ સત્ય, પહેલા આપણા જીવનમાં માત્ર તું અને હું હતા, માત્ર આપણો જ સંસાર હતો , આપણા સંસાર માટે આપણે જીવ્યા અને જીત્યા પણ એમાં ક્યાંય કોઇ કિમ નહોતી. આજે સવાલ કિમની જીત કે મારી હાર નો નથી. તારી આ બેવડી નિતીનો છે. આજ સુધી તેં મને આ નવા સંબંધને લઈને અંધારામાં રાખી અને જ્યાં સુધી એ અંધકારનો મને પરિચય નહોતો ત્યાં સુધી તારા અને મારા સંબંધનો ઉજાસ હાથમાં લઈને હું ચાલી. પણ હવે જ્યાં બધુ જ દિવા જેવુ સ્પષ્ટ છે ત્યારે એ દિવા હેઠળનુ અંધારુ મને ઠેબે જ ચઢાવશે સત્ય અને હવે હાથે કરીને હું ઠેબે ચઢવા માંગતી નથી. તારા પરનો વિશ્વાસ તો મને ઉઠી જ ગયો છે પણ મને મારા

## ઉગી પ્રીત આથમણે કોર

અસ્તિત્વનો , મને મારાપણા હોવાનો વિશ્વાસ પણ મારામાંથી ઉઠી જાય એ તો હું ન જ સહી શકુ ને? આપણા ભાગની જીંદગી આપણે સહિયારી જીવી લીધી હવે મારા ભાગની જીંદગી હું તારા વગર જ જીવી લઈશ સત્ય.તું જા સત્ય અને પાછુ વાળીને પણ ના જોઇશ. કદાચ પાછુ વાળીને જોઇશ તો હું તને ત્યાં ઉભેલી ન પણ દેખાઉ "

અને સત્ય સાચે જ ચાલી ગયો.પહેરેલે કપડે જ ચાલી ગયો. ઘર અને જોઇન્ટ બેંક એકાઉન્ટ પૂજાના નામે કરીને પૂજાના જીવનમાંથી ચાલી ગયો. કોઇ સવાલ નહી કોઇ જવાબ નહી , કોઇ આળ નહીં કોઇ પંપાળ નહી . રિસામણા મનામણાનો તો કોઇ અવકાશ પૂજાએ આપ્યો જ નહોતો ને?

"પૂજા, સત્યને આ સુજ્યુ? તારી એકલીની જીંદગી કેમ કરીને જશે?"બાપુજીનો આક્રોશ કોઇ રીતે શમવાનુ નામ નહોતો લેતો.

"બાપુજી , આપણુ સત્ય સાથેનુ ઋણાનુંબંધ પુરુ થયુ. લેણદેણ જેટલી હતી ત્યાં સુધીનો સાથ હતો હવે એ પુરો થયો એમ માનીને આગળ વધવાનુ.જે છે એ હકિકત જેટલી જલદી સ્વીકારી લેશો એટલુ મન જલદી થાળે પડશે અને હું એકલી ક્યાં છું . તમે અને બા છો, અમર અને અક્ષય પણ સાથે જ છે ને?".

## સહિયારુ સર્જન

"પૂજા, અમારુ તો ઠીક છે. મને તારી ચિંતા કોરી ખાય છે. અમે તો ખર્યું પાન કહેવાઇએ . કાલ કોણે દીઠી છે .અમે તો આજ છીએ અને કાલ નથી. પણ તારી સામે તો આખી જીંદગી પડી છે. અમારો તો ઠીક એને તારો ય વિચાર ન આવ્યો?'

"બાપુજી , હંમેશા હું કહેતી આવી છું કે પહેલા કરે એ વિચાર અને પછી કરે એ ચિંતા. સત્યને જો કોઇ જાતનો વિચાર આવ્યો હોત તો તમારે આજે આમ ચિંતા કરવાનો દિવસ જ ન આવ્યો હોત ને? અને તમે જ કહો છો ને કાલ કોણે દીઠી છે? તો એવુ ય બને કે કાલ ઉઠીને હું ન પણ હોઉ. કાર ડ્રાઇવ કરતા કોઇ એક્સિડન્ટ થાય અને મારે તમારા પહેલા એક્ઝીટ લેવાની આવે એવુ ય બને ને?

"શુભ શુભ બોલ પૂજા ", બા ની આંખમાંથી શ્રાવણ- ભાદરવો ઉમટ્યા.

"શુભ કે અશુભ ,માડી હવે તો મને એ શુભ લાભ ચોઘડીયની વાતો ઠાલી લાગે છે. મારા સત્ય સાથે લગ્ન લેવાયા ત્યારે ય તમે શુભ ચોઘડીયુ જોયુ હશે ને? તો ય કેમ આમ બન્યુ? શુભ ચોઘડિયુ સાચવવાથી કે શુભ બોલવાથી જ જો શુભ બનતુ હોત તો આપણે આ દિવસ જોવાનો ના આવ્યો હોત ને? "

" પણ તને છોડીને સત્ય....."

" બા , પહેલા તો એક વાત તમે સમજી લો કે સત્યે મને નથી છોડી. સત્યને મેં જ છોડ્યો છે. એને તો પૂજા ય ખપતી હતી અને કિમે ય જોઇતી હતી. આવો વ્હેંચાયેલો સત્ય મને જ મંજૂર નહોતો. સાંજ પડે એ ઘેર આવે અને એની આસપાસ કિમની છાયા લેતો આવે એ હું કેવી રીતે સહન કરી શકુ? કોઇવારનુ એનુ મારા પ્રત્યેનુ વર્તન સાચુ હોત તો પણ એમાં મને નર્યો દંભ જ દેખાત. જ્યાં સુધી મને ખબર નહોતી ત્યાં સુધી સત્ય મારો જ હતો હવે જાણ્યા છતાં અજાણી રહીને હું એની સાથે ન જ રહી શકુ અને એને છોડ્યા નો હવે મને કોઇ અફસોસ નથી. મારા જીવનનુ એક પ્રકરણ પુરુ થયુ એમ માનીને હવે નવેસરથી એના વગર જીવવાની ટેવ પાડવાની છે . હા એટલુ છે કે હવે તમારે સત્ય વગરના થઈ ગયા"

" જો પૂજા એક વાત સમજી લે , દિકરાની કાંધે ચઢીને જવાનુ જ કોઇપણ બાપ ઇચ્છે .પણ હવે તો મારે સત્યની કાંધ પણ ન જોઇએ કે ન જોઇએ એના હાથનુ ગંગાજળ.. મેં તો એના નામનુ નાહી જ નાખ્યુ છે.આ ભવ તો શું આવતા સાત ભવ સુધી હું એને માફ નહી કરી શકુ."

" બાપુજી ? આ શું? આજ સુધી તમારા મનમાં કોઇના માટે બદદુવા તો દુરની વાત કોઇના માટે કોઇ ખોટી ભાવના ય નથી જાગી તો આજે આમ કેમ? અને સત્ય કોઇ ડાયરીનુ પાનુ નથી કે એને આમ ફાડીને ફેંકી દેવાય .બની શકે કે જીવનના

કોઇ વળાંક પર ફરી એ આપણી સામે આવીને ઉભો ય રહે. "

"દિકરી ,એણે જે કર્યું છે એ પછી તુ એને માફ કરે તો એ તારા મનની મોટપ બાકી હવે અમને તો દિકરો હોય કે ન હોય શું ફરક પડે છે? જેને દિકરા નથી હોતા એ શું કરતા હશે? એમનુ જીવન જીવાતુ જ હશે ને?"

આજે પહેલી વાર પૂજાને થયુ કે સત્યની વાતમાં ય અર્ધસત્ય તો હતુ જ , એ હંમેશા કહેતો ને કે એક દિકરી તો જોઇએ જ ને? દિકરા તો ક્યાંય આપણને મુકીને એમના સંસારમાં ઓતપ્રોત થઈ જશે. દિકરી હશે તો ઘડપણ નો છાંયો બની રહેશે."
સાથે એની ય વાત આજે એટલી જ સાર્થક બનીને સામે આવી હતીને ? દિકરી તો ઘર આંગણનો તુલસી ક્યારો છે. પણ જો પુત્રવધુને નિરંતર પ્રેમથી સિંચીએ તો એ પણ ઘરમાં રાતરાણીની જેમ મહેકી ના ઉઠે? પુછી જુવો બા-બાપુજીને એમને ક્યારેય દિકરી ન હોવાની ખોટ સાલી છે? આજે કદાચ તારા કરતા ય મારી સાથે એમનો વ્હાલનો નાતો વધુ ઉંડો છે. ક્યારેક એવુ બને કે લોહીના સંબંધ કરતા લાગણીનો સંબંધ વ્હેંત ઉંચો ય સાબિત થાય ."અને સાચે જ એનો બા-બાપુજી સાથેનો લાગણીભર્યો સંબંધ લોહીના સંબંધ કરતા વધુ ઉંડો અને ઉમદા સિધ્ધ થયો હતો.. પૂજાએ પુત્રવધુમાંથી સાચા અર્થમાં દિકરી બનીને બા-બાપુજીને સાચવી લીધા અને અમર-અક્ષયને ય.

....................................
પણ એક એ ય હકિકત હતી કે એના જીવનમાં ખુશી એક ભુતકાળ બની ગયો હતો અને કિમ ખુશ હતી. હવે સત્ય એનો જ હતો. દિવસના જે બે-ચાર કલાક પણ વહેંચાયેલો રહેતો સત્ય હવે આખે આખો એનો જ હતો. સત્ય પરનુ એનુ આધિપત્ય માત્ર એનુ જ હતુ. પૂજાએ સત્યથી છુટા પડતા કોઇ ઍલિમની માંગી નહોતી એ એના માટે અત્યંત અચરજની વાત હતી.

કિમ અને સત્યનો સંબંધ તો ક્યારનો ય હતો પણ સંસાર નવેસરથી ગોઠવાતો જતો હતો. સમય એની પાંખ પસારીને ઉડતો જતો હતો.પણ ક્યારેક એવુ બનતુ કે પૂજાની યાદ આવે અને સત્યના મનમાં એક ઉંડી કસક ઉઠતી.

સમય એની વિશાળ પાંખો ફેલાવીને સપાટાભેર પસાર થયે જતો હતો. કિમ અને સત્યના સાત સાત વર્ષ એમ જ પલકવારમાં પસાર થઈ ગયા. સંસારમાં સુખની છોળો ઉઠતી રહી. એકબીજાને રાજી રાખવાની હોડ્માં કોણ જીત્યુ કોણ ઉણુ ઉતર્યું એની વાતોથી મન ભરાતુ રહ્યુ અને દિલ છલોછલ છલકાતુ રહ્યુ.

પણ હમણાં હમણાંથી સત્યને થોડી બેચેની જેવુ રહ્યા કરતુ હતુ. એ દિવસે ક્લિનિક પર લંચ પછી સત્યને પેટમાં

સામાન્ય દુખાવો શરૂ થયો.શરૂઆતમાં તો એને એ દુખાવાને સામાન્ય સ્વરૂપ આપીને ગણકાર્યું નહી. સામાન્ય દુખાવા માટે લેવાતી પેઇન કિલર લઈને એણે અઠવાડીયુ તો એમ જ ખેંચી નાખ્યુ. પણ એક દિવસ તો એ દુખાવો અસહ્ય બનતા એણે ગેસ્ટ્રો સ્પેશિયાલિસ્ટને બતાવ્યુ. થોડા ઘણા રૂટીન લેબ ટેસ્ટ અને અલ્ટ્રાસાઉન્ડ રિપોર્ટ પ્રમાણે પેન્ક્રિયાસ પર ગાંઠ દેખાઇ ત્યારે એક નાનકડી સર્જરી કરી એ ગાંઠની બાયોપ્સી કરાવવાનુ ડોક્ટરનુ સજેશન પણ એ સમયે તો સત્યને એટલુ આકરુ નહોતુ લાગ્યુ. પણ કિમના હાથમાં આવેલા એ બાયોપ્સી રિપોર્ટે જ્યારે પેન્ક્રિયાટીક કેન્સરના થર્ડ સ્ટેજનુ નામ આપ્યુ ત્યારે એ સત્યને અત્યંત આકરુ લાગ્યુ.

સત્ય પોતે ઓન્કોલોજીસ્ટ હોવાના નાતે પોતાના રોગની ગંભીરતા જાણતો હતો. આજ સુધી પેશન્ટોની સારવાર કરતા સત્યને પોતાની સારવારના પરિણામની અનિર્ણાયકતાની પણ સમજ હતી. ટ્રીટમેન્ટ માટે તો સત્યને ક્લિનિકની બહાર જવાની સુધ્ધા જરૂર નહોતી. અને ટ્રીટમેન્ટ પણ શુ કરવી એનો નિર્ણય એને જ લેવાનો હતો ને?

પેન્ક્રિયાસની સર્જરી તો શક્ય જ નહોતી કારણકે કેન્સર પેન્ક્રિયાસથી વધીને લિવર અને લિમ્ફનોડ સુધી પ્રસર્યું હતુ. પેન્ક્રિયાટીક કેન્સરની આ જ તો જટીલ સમસ્યા હતી ને? છેક છેલ્લા સ્ટેજ સુધી પેશન્ટને અંધારામાં રાખીને જ જાણે

જીવલેણ હુમલો કરતુ હોય એમ ત્રાટકે.

ટ્રીટમેન્ટનો એક દોર ચાલુ તો થયો. કિમોથી શરૂ થયેલા એ દોર દરમ્યાન સત્યની હેરાનગતિ વધતી જતી હતી. ઇન્ટ્રાવિનસ અપાતી કિમો દરમ્યાન આખા શરીરમાં ઉઠતી દાહ એનાથી કેમે ય સહન થતી નહોતી. મ્હોંમાં ચાંદા પડવા માંડ્યા હતા. શરીરમાં અકથ્ય વેદના ઉમડતી. એ વેદના સહન કરવાની શક્તિ સત્યમાં ક્ષીણ બનતી જતી હતી. એના રિપોર્ટ ન્યુયોર્કની સ્લૉઅન કેટરિંગ હોસ્પીટલના હીમેટૉલોજીસ્ટને પણ મોકલ્યા હતા , કદાચ ટ્રીટમેન્ટમાં કોઇ ફરક કે રાહત મળે પણ એ આશા વાંઝણી નિકળી. ચોક્ખે ચોક્ખી સ્પષ્ટ દિવા જેવી વાત હતી કે કદાચ મોત બે ચાર મહિના પાછુ ઠેલાય એથી વિશેષ કિમોથી પણ ઝાઝો ફરક નથી જ પડવાનો.

એક દિવસ કશુંક ખાવાની રૂચી થાય તો બીજે દિવસે રસોઇની સોડમ માત્રથી ભયંકર ઉછાળો આવતો. પેટમાં પીઠમાં અસહ્ય દુખાવો થતો ત્યારે સત્ય જાતે જ મોર્ફીનનુ ઇન્જેકશન લઈ લેવાનો આગ્રહ રાખતો. બીજા કશા કરતા મોર્ફીનથી એને દુખાવામાં જરા તરા રાહત થતી. પણ ક્લિનિકમાં કેન્સરના પેશન્ટો તરફ અત્યંત સહિષ્ણુ વર્તન દાખવતી આ કિમ જરા અતડી અને આઘી કેમ થતી હતી? કિમ સત્ય માટે ન ઉકેલી શકાય એવો કોયડો બનતી જતી હતી. જાણે સત્ય કોઇ ત્રાહિત વ્યક્તિ હોય એટલી નિર્લેપ થતી

જતી હતી.

પૂજા હોત તો આમ કરત?

આજે આટલા વર્ષે એને એવો એહસાસ થવા માંડ્યો કે એણે પૂજાનો જે વિશ્વાસભંગ કર્યો હતો એનુ ફળ આજે આ ભવમાં જ ભોગવી રહ્યો છે. કર્મના સિધ્ધાંત પર ક્યારેક બા-બાપુજી કે પૂજા સાથે ચર્ચા થતી ત્યારે એ હંમેશા કહેતો કે કોણ જોવા ગયુ છે કે માનવી જે કંઇ પણ પામે છે કે ગુમાવે છે એ એના કર્મનુ ફળ છે કે એની નિયતી?

આપખુદ સત્ય હંમેશા એમ જ માનતો કે દરેક વ્યક્તિ પોતાનુ ભવિષ્ય પોતે જ ઘડે છે. આજ સુધીની એની સફળતા પણ એના પુરૂષાર્થનુ જ પરિણામ છે. પુરૂષાર્થ જ પ્રારબ્ધને જાગૃત કરે છે.
પૂજા ય આપખુદ હતી. એણે એના કૌશલ્યને લીધે જ સફળતા પ્રાપ્ત કરી હતી પણ પુરૂષાર્થની જોડે પ્રારબ્ધ પણ એટલીજ એહમિયત ધરાવે છે એવી એની માન્યતા હતી. ઉપર અગોચર વિશ્વમાં એક એવી અદ્રશ્ય શક્તિ રહેલી છે જેનુ નામ ઇશ્વર છે અને એ જ સૌનો વિધાતા છે એવુ માનવામાં અને સ્વીકારવામાં એને સહેજ પણ સંકોચ નહોતો થતો.

સત્યને જ્યાં મેડિકલ સાયન્સ કોઇપણ મિરેકલ સર્જી શકે છે

એવા આજના આ આધુનિક , વૈજ્ઞાનિક એડવાન્સ યુગમાં પૂજાની આ પરંપરાગત માન્યતા સ્વીકાર્ય નહોતી જ.

ઘરમાં ઘણીવાર દલીલો થયા કરતી પણ સત્ય તો પોતાની માન્યતા પર જ મુસ્તાક રહેતો. પણ આજે પહેલી વાર એને થયુ કે માનવી પોતાના જ કર્મોનુ ફળ અહીં આ જન્મમાં અને બાકી રહેલા કર્મોનુ ફળ પછીના જન્મોમાં ય ભોગવતો જ હશે તો જ આજે એને પૂજાને કરેલા અન્યાયનુ ફળ અહીં ભોગવવાનુ આવ્યુ છે.

પૂજાએ તો કહ્યુ હતુ "તું જા સત્ય અને પાછુ વાળીને પણ ના જોઇશ. કદાચ પાછુ વાળીને જોઇશ તો હું તને ત્યાં ઉભેલી ન પણ દેખાઉ "

પણ આજે કિમ તો એ કહેવા ય નહોતી રહી .અને સત્ય પાછુ વાળીને જોતો કે આગળ ભવિષ્ય તરફ નજર કરતો તો ય ક્યાંય દુર સુધી પૂજા જ નજરે દેખાતી હતી.

# ઊગી પ્રીત આથમણે કોર (૮)

ડો. ઇન્દિરાબેન શાહ

હમણાથી સત્ય ઉપરા ઉપરી કોનફરન્સ ફરે રાખે છે.કીમ એરિક અને આદમની જવાબદારી,તેઓની ઇતર પ્રવૃતિમાં ધ્યાન આપવાનું બહાના કાઢી સત્ય સાથે જવાનું ટાળતી.જે કીમ સત્યનો પડછાયો બની સાથે ને સાથે રહેતી,તે હમણાની નિઃસ્પૃહ થઇ રહી હતી. સત્યને કોઇને કોઇ બહાને એવોઇડ કરતી,કોણ જાણે સત્ય પણ તેની હાજરી ના હોય તે ઇચ્છતો.તેને વારંવાર પૂજાની યાદ આવતી.પહેલી કિમો પછી સત્યને વોમિટીંગ થઇ ત્યારે કિમ હાજર હોવા છતા નર્સને બોલાવી, પોતે બીજા પેસન્ટ માટેની કિમો કીટ ખોલવામાં વ્યસ્ત રહી.નર્સે આવી જોફરાન ઇન્જેકસન આપ્યું. કિમ સત્યની સાથે જાણે કોઇ અંગત નાતો ના હોય તેમ ડો ચિંગ,જે  હમણા નવો હીમોટોલોજીસ્ટ ટેમપરરી આવેલ છે તેની સાથે તેના પેસન્ટની સારવારમાં વ્યસ્ત રહી.

સત્યનું હૈયુ હચમચી ગયું,આંસુની ધાર

પરાણે વહેતી અટકાવી, પડખુ ફરી માથા સુધી બેડ્શીટ ખેંચી, જેથી પાસે ઉભેલ નર્સને તેની વિકનેસની જાણ ના થાય.

પૂજા હોય તો આવુ કદી ના કરે, સાધારણ હેડએકની ફરિયાદ કરુ, તો કેટલી ચિંતા કરે પોતે બી. પી ચેક કરે, જો ૧૨૦/૭૦ ની જગ્યાએ ૧૪૦/૮૦ જોવે તો તુરત ઠપકો આપે સત્ય આ અઠ્વાડિયામાં કેટલી વખત ચેક કરેલ રેકોર્ડ ક્યાં છે? અને સત્ય વાત બદલે પૂજા એક ટાયલેનોલ લઇશ એટલે સારુ થઇ જશે, મને બી.પી. નથી, હા તો મિસ્ટર એક અઠવાડિયાનો રેકોર્ડ રાખી  ડૉ.સામને બતાવશો,એટલે નક્કી થશે, આપ ઑંકોલોજીસ્ટ કાર્ડીયોલોજીસ્ટ ના બનો,અને બન્ને જણા હસી પડે,અને પૂજા મસાલા દુધ સાથે ટાયલેનોલ આપે,સત્ય પૂજાને બાથમાં લે હની વોટ આઇ વિલ ડુ વિધાઉટ યુ. આજે સત્યને આ બધુ યાદ આવે છે.પૂજા પૂજા ઝંખી રહ્યો છે.કિમ જાણે જુનુ જીર્ણ વસ્ત્ર ક્લોસેટના ખૂણામાં મુકી, નવુ વસ્ત્ર ધારણ કરતી હોય તેમ ડો ચિંગ પર ન્યોચ્છાવાર થઇ રહી છે, છ્ડેચોક સત્યની નજર સમક્ષ.

માણસને દુઃખ સમયે જ સાચા સગા યાદ આવે છે. સાત વર્ષ કિમ સાથે ઇન્દ્રીય સુખ ભોગવ્યા ત્યારે ક્યારેય પૂજાની યાદ ના આવી.અત્યારે સત્યનુ રોમ રોમ પૂજાને ઝંખે છે.

હે પ્રભુ ન્યુયોર્ક કોનફરન્સમાં શું બની ગયું??કીમે શું કામણ કર્યું? મેરિયોટ્ની ચાર દિવાલમાં પૂજા ક્યાંય ના દેખાય? ભાન ભુલ્યો અધમમાં અધમ પગલુ ભરી બેઠો.પૂજાએતો સાવિત્રી સત્યવાન જેવો મને પ્રેમ આપ્યો, મારામાં શ્રધ્ધા, વિશ્વાસ રાખ્યા,પોતાનુ કર્મ ફરજ બજાવવામાં જરાપણ ઊણપ ના દાખવી, હું જ મારી પૂજાની પૂજા ભક્તિ પારખી ના શક્યો , હું જ એના શ્રધ્ધાના કોડીયામાં સ્નેહની ધારાને સતત વહેતી ના રાખી શક્યો,ધારાએ વળાંક લીધો અને ગટરમાં ધકેલાઇ ગયો.

કોનફરન્સ રૂમમાં સત્યને પૂજા દેખાઇ રહી છે. હોલ છોડી સત્ય ઓફીસ રૂમ પર જવા એલીવેટરના દરવાજે આવ્યો. ફરી આઇ ફોન કાઢ્યો મીસ કોલ જોયા, આ શું?! પૂજાનો એક પણ કોલ નહીં!! પૂજાએ આવુ કદી કર્યું નથી!! તેણીને મારા

અને કીમના સંબંધ વિશે શંકાતો નહીં આવી હોયને? કે પછી બા બાપુજી સાથે વધારે સમય પસાર કરતી હશે, બરસાના ધામ તો બધા ગયા જ હશે. બાની સાથે ઇન્ડીયાનુ સોપીંગ કરવામાં પણ સમય જતો હશે, પૂજાએ કદી બા બાપૂજીને સાસુ સસારા નથી માન્યા, પોતાના બા બાપુજીની જેમ જ રાખ્યા છે.રાખે જ ને મારા બાએ પણ તેને દીકરી જ માની છે. તે છતા મને ફોન ન કરે તેવુ તો ના જ બને.કે પછી કીમનો કોઇ લેટર કે ઇ મેલ તેના નજરે ચડી ગઇ હશે? મારે જ કીમ વિષે વાત કરવાની જરૂર હતી.હું નિખાલસ નિર્મળ ન થઈ શક્યો, પહેલા જ તબ્બકે મેં મારા ગુનાની કબુલાત ખુલા નિખાલસ હ્રદયે પૂજા પાસે કરી હોત તો કદાચ પૂજાના માર્ગદર્શને મને સાચી રાહ મળી હોત, દિકરાઓ નાના હતા ત્યારે તેઓને પ્રેમથી સાચા માર્ગે વાળતી, કાંઇ નહીં બેટા એક વખત ભૂલ કરી ભગવાન માફ કરશે તને તારી ભૂલ સમજાય એ જ ઘણું છે, જાગ્યા ત્યારથી સવાર હવે ભૂલ ન થાય તે માટે જાગૃત રહેજે.સાત સાત વર્ષ વિતી ગયા હજુ પણ સત્યને તેનુ ગુનેગાર અંતકરણ ડંખી રહ્યું છે, આવા વિચારો આવ્યા કરે છે,

અરે ગાંડા પૂજાએ તો તને ધકેલી મુક્યો છે, પાછા વળી જોવાની પણ ના પાડી છે,અને તું પૂજા પૂજા કરે છે.સત્યને તેનો અપરાધી અંતરઆત્મા કોરી રહ્યો છે, ધકેલે જ ને મારા જેવા અધમની ક્યાં સુધી પૂજા કરે?

આજે પૂજાને હોસ્પીટલમાં જી,આઇ. ઇ,આર,સી,પી સ્પેસ્યાલીસ્ટ ડો જોસેફ મળી ગયા,"હાય પૂજા,હાવ આર યુ?" આઇ એમ ફાઇન સર,આઇ વોન્ટ ટુ ટોક ટુ યુ ઇફ યુ હેવ એ ટાઇમ"?સ્યોર લેટ્સ ગો ટુ કોન્ફરન્સ રૂમ",બન્ને પ્રોસિજર રૂમની બાજુની કોન્ફરન્સ રૂમમાં ગયા .

પૂજાએ પેનક્રિયાસના કેન્સર પર ઘણા આર્ટીકલ વાંચેલ, તેને સત્યના જીવલેણ કેન્સરની લેટેસ્ટ સારવાર જાણવી હતી અને સારવાર માટે સત્યને દુનિયાના કોઇ પણ ખુણામાં લઇ જવા તૈયાર હતી, ગમે તેવો પણ તે તેનો પતિ હતો, ભલે તે લપસી ગયો તેથી શું? મારે તેને ઊભો કરવો તે મારી ફરજ છે, સપ્ત પદીમાં લેઘેલ વચનો યાદ આવ્યા પતિની પત્નીની બિમારીમાં બન્નેએ એકબીજાને પુરેપુરો સાથ આપવો,સેવા કરવી.

પૂજાએ શરુઆત કરી" સર મેં લેટેસ્ટ આર્ટિકલ મેયો ક્લીનિકના કેન્સર જર્નલમાં વાંચ્યો એ મુજબ સેકન્ડ સ્ટૅજ અને થર્ડ્સ્ટૅજની શરુઆત જ હોય તેને સારા થવાના ચાન્સ લગભગ ૫૦ ટ્કા છે. અહીં હજુ તેની વીટરો ટ્રાયલ સ્લોઅન કેટરીંગ ઇનસ્ટીટ્યુટ્માં થઇ રહી છે, જ્યારે જાપાનમાં ત્રીજા તબ્બકા સુધીની ટ્રાયલ શરુ થઇ છે, અને આવા દર્દીઓને આ સારવાર આપવાની તેઓની તૈયારી છે, આપનુ શું માનવુ છે? સત્યનુ કેન્સર આ સારવારથી પ્રસરતુ અટકે અને સર્જરી કરી શકાઇ?".

ડો જોસેફ઼: "પૂજા આઇ એડમાયર યુ, ફ઼ોર યોર એક્ષ યુ આર ડુઇંગ ધીસ મચ",

સર He is the only husband I have. we are separated (એ એક જ મારો પતિ છે. અમો છુટા પડ્યા છીએ, સર આપણે સ્લોઅન ઇનસ્ટીટ્યુટમાં બાયોપ્સી સ્પેસીમેન મોકલાવેલ ત્યાનો હીસ્ટોપેથોલોજી રીપોર્ટ આવી ગયો?

"યસ,એ અહીંની હિસ્ટોપથોલોજી જેવો જ છે. ઘે સજેસ્ટૅડ લેટૅસ્ટ થેરપિ,જે શરુ કરી છે,સત્ય ઇસ

ટોલરેટીંગ ઇટ,આવતા અઠવાડીયે બીજો ડૉઝ આપીશુ ત્યારબાદ વધારે ખબર પડ્શે,પરંતુ સર્જરિ તો પોસિબલ નથી  જાપાનના સ્પેસીયાલીસ્ટ સાથે પણ વાત થયેલ છે,તેઓનો અભિપ્રાય પણ સર્જરી માટે નથી,આ નવી ટ્રીટમેન્ટમાં તેઓ પણ સહમત થયા છે.જી આઇ ટીમ અને ઓન્કોલોજી ટીમ સાથે કામ કરી, ટ્રીટમેન્ટ પ્લાન કરે છે,તો ચિંતા ના કર તારા હબીની સારી સંભાળ લેવાય છે."

"થેંક્સ સર".

"યુ આર મોસ્ટ વેલકમ, જ્યારે પણ તને પ્રશ્ન હોય ફિલ ફ્રી ટુ કોલ મી".

"સ્યોર સર,આઇ એપરિસિયેટ".

સેક હેન્ડ કરી બન્ને પ્રોફેસનલ ડો.પોત પોતાના રાઉન્ડ પર ગયા.

પૂજાએ આજ રાહત અનુભવી, જ્યારથી તેને સત્યની બિમારીના સમાચાર મળ્યા ત્યારથી તે ખુબ ચિંતામા રહેતી,દુઃખ થતુ સત્યએ  મને જણાવ્યું પણ નહીં, હું તેની કોઇ જ નથી, પ્રોફેસનલ મિત્ર પણ નહીં!!.

પૂજા તેં જ તેને પાછુ વળી જોવાની ના પાડેલ.તુ તો સત્યને ઓળખે છે, કીમ વિષે પણ સત્યએ તને નહોતુ જણાવ્યુ, પત્ર તારા હાથમાં આવ્યો અને તે તેની જીંદગીની બીજી બાજુ જાણી.

એ તો ઠીક પરંતુ પોતાના પેરન્ટસને જણાવવાની તેની ફરજ નથી.પૂજા બધી જવાબદારી તારેજ ઉપાડવાની છે, તારે બીજા બે બાળકોને પણ મોટા કરવા પડશે,પૂજાનો અંતરઆત્મા તેને પડકાર આપી રહ્યો છે.પૂજા આર્ય નારી અવાજને ઓળખે છે, સ્વીકારે છે.હા હું જરૂર મારી જવાબદારી સમજુ છું. પ્રભુ મને શારીરિક અને માનસિક શક્તિ આપ એટલુ જ તારી પાસે માંગુ છું

આજે ડીનર ટૅબલ પર મારે બા બાપૂજીને વાત કરવી છે,તેઓને કેન્સરનુ નામ સાંભળતા જ શૉક લાગશે, જાણુ છું,પણ કહેવુ તો પડશે જ આજે નહીં તો કાલે,હું નહીં કહુ અને તેઓને ઉડતા સમાચાર મળશે તો તો વધારે શૉક લાગશે,અને મે તેઓને અંધારામાં રાખ્યા તેનુ દુઃખ તેઓને અને  મને બન્નેને થશે.

વિચારોના વંટોળમાં ઘર આવી ગયું. દરવાજો ખોલતા જ બાએ સમાચાર આપ્યા.પૂજા ફોન પર તારો મેસેજ છે,નાના છોકરાનો અવાજ જણાય છે, મને સમજાયું નહીં તુ કોલર આઇ ડી પર નંબર જોયને ફોન કર.પૂજાએ નંબર જોયો મેસેજ લીધો, આન્ટી આઇ એમ એરિક your name and #written on envelope.પ્લીસ કેન યુ કોલ મી બેક એસ સુન એસ યુ ગેટ ધીસ મેસેજ.પૂજાને એરિક નામ જાણીતુ લાગ્યું સાત વર્ષ પહેલા તેઓના મેરેજની ૨૫મી એનિવર્સરિની પાર્ટીમાં કીમ સાથે આવેલ બે બાળકોને સત્યએ કેવા ઉત્સાહથી ઊંચકી લીધેલ"વેલકમ કીમ,થેંક્સ ફોર બ્રીગિંગ એરિક એન્ડ આદમ".સરળ સ્વભાવ ધરાવતી પૂજાને આ બધુ ત્યારેતો ઔપચારીક લાગેલ,હવે સમજાય રહ્યું છે,શા માટે સત્યને બાળકો પ્રત્યે આટલો ઊમળકો આવેલ,લોહીની સગાઇ હતી,આવેજ ને.

પૂજા વિચારે છે મારે ફોન કરી,જાણવું તો પડશે જ.સાલસ સ્વભાવનીપૂજાના નસિબમાં રહસ્યમય કોયડાજ ઉકેલવાનું લખાયેલ છે,સાત વર્ષ પહેલાના પત્રમાં લખેલ શબ્દો "KIM KOMLAAGI

KAAYAL".પૂજાના માનસ પટ પર તરવરી રહ્યા.આ સાત વર્ષમાં બા બાપુજીના સહવાસ માર્ગદર્શનથી પૂજાને ઘણા દુનવચી પાઠ શીખવા મળેલ.આ સમયે ના તો તેણે ગજીબોના એકાંતમાં આંસુ વહાવ્યા કે ના કોફી ભરેલો પોટ લીધો,તુરત જ રિસીવર ઊપાડ્યું કોલર આઇડીમાં જણાવેલનંબર જોડ્યો.

"હાય,આન્ટી,થેન્ક ગોડ યુ કોલ આઇ વોસ વેટીંગ ફોર યોર કોલ,પ્લીસ કેન યુ કમ હીયર અવર નેની ઇસ ગેટીંગ લેટ અવર મોમ ઇસ નોટ હોમ યટ,મી એન્ડ માય બ્રધર બોથ આર સ્કેરડ".એક સ્વાસે એરિક બોલી ગયો,બેક ગ્રાઉન્ડ્માં આદમનો રડવાનો અવાજ, અને નેનીનો અવાજ "આદમ કીપ ક્વાયટ વોચ યોર શો હની,સમબડી વિલ કમ સુન".પૂજાએ યસ આઇ એમ ઓન માઇ વે બોલી ફોન મુક્યો.

"બા મારે જલ્દી જવુ પડશે તમે ચિંતા નહીં કરતા હું આવી જઈશ"બોલી પૂજા નીકળી ગઇ

"યુ વોન્ટ લીવ અસ અલોન રાઇટ?"

"નો આઇ ટોલ્ડ યુ, આઇ વોન્ટ લીવ યુ અલોન, આઇ વીલ વેટ ફોર યોર આન્ટી".

ત્યાંજ ડોરબેલ સંભળાય

નેનીએ આઇ ગ્લાસમાં જોઇ બારણુ ખોલ્યુ,

પૂજા દાખલ થઇ.એપાર્ટમેન્ટમાં ટોયસ વેરણછેરણ પડેલ સોફાપર બન્ને બાળકોના સોક્સ સુઝ બેક પેક જેમ તેમ પડેલ.એક ક્ષણ માટે પૂજા સ્તબ્ધ થઇ જોય રહી, સત્ય જેને દરેક વસ્તુ વ્યવસ્તીત જોઇએ ડ્રોઇંગ રૂમમાં ટોયસ જુવે તો તુરત અમર અક્ષય પાસે ક્લેક્ટ કરાવી ગેમ રૂમમાં મુકાવડાવે.તેનો ડ્રોઇંગ રૂમ આટલો અવ્યવસ્તીત તેને દૃષ્ય જોઇ દુઃખ થયુ.

સંજોગો પરિસ્થિતિને માણસ કેટલો આધિન છે.!ફરિયાદ પણ કોને કરે? જ્યારે પોતે ખુદ જ પરિસ્થિતિના સર્જનનો જવાબદાર હોય.

“ એરિકે નેનીને કહ્યુ નાવ યુ કેન ગો.”

નેની ગઇ એરિકે એનવેલપ પૂજાના હાથમાં આપ્યુ.આન્ટી ધીસ એનવેલોપ ઓન માઇ ડૅસ્ક કેન યુ ઓપન એન્ડ સી વોટ ઇસ ઇનસાઇડ,પૂજાએ બંધ એનવેલોપ લાઇટ સામે રાખી જોયુ અંદર લેટર સિવાય કશુ જણાયુ નહીં.એનવેલપ પરના અક્ષરો

જોઇ પૂજા સમજી ગઇ.કીમે પત્ર લખેલ છે,બન્ને બાળકો અને સત્યને ડંપ કર્યા છે.બીજુ એ શું લખવાની હતી? ધારેલુ એજ બન્યું ટીપિકલ સ્વાર્થી અમેરિકન નર્સ,જવાદે એને જેની સાથે જ્યાં જવુ હોય ત્યાં. અત્યારે તો મારે આ બન્ને બાળકો અને સત્યની સંભાળ રાખવાની છે.પૂજા બન્ને બાળકો સાથે બેઠી પ્રેમથી પુછ્યુ ,તમને ભૂખ લાગી છે?ખાવુ છે?

આદમ “યસ આન્ટી આઈ એમ હંગરી.”

એરિક ઊભો થયો ત્રણ પ્લેટ સીલવર વેર નેપકીન વગેરે ડાયનીંગ ટેબલ પર ગોઠવ્યા.

પૂજાએ ગુડ બોય, બોલી તેને પ્રોસ્તાહિત કર્યો

આદમ પણ સાંભળી ઊભો થયો”પીક અપ, પીક અપ, એવરિબડી પીક અપ,ગાતા ગાતા જલ્દી પોતાના ટૉયસ્ સુઝ સોક્સ વગેરે ઉપાડ્વા લાગ્યો, પૂજાએ પણ તેને સાથ આપ્યો.

બન્ને બાળકો આન્ટી વી લવ યુ કરી પૂજાને ચોટી પડ્યા પૂજાએ બન્નેને બાથમાં લીધા.”આઇ લવ યુ ટૂ”,લેટ્સ ઇટ નાવ’પૂજાએ કીચન કાવટર પર પડેલ

પીન્ટો બીન્સ અને રાઇસ ગરમ કર્યા, રેફરીજેટરમાથી પિકડીગેલો (મેક્ષિકન સલાડ), એવાકાડો સલાડ, ચીસ,અને રોટલી કાઢ્યા બન્ને બાળકોને બરીટો બનાવી આપ્યા,દરમ્યાનમાં એરિકે પેન્ટરીમાંથી ટોસ્ટાડા અને પીકાન્ટે સોસ કાઢી રાખેલ તે ખાવાનુ આદમે શરુ કરી દીધેલ પૂજાએ બરિટો બન્નેની પ્લેટ્માં પિરસ્યા.બોલી સ્ટાર્ટ ઇટીંગ.

એરિકઃ"આન્ટી વેહ્ર ઇસ યોર પ્લેટ" ફીક્ષ યોર પ્લેટ વી ઑલ ઇટ ટુ ગેધર.પૂજાને એરિક્માં ઇન્ડીયન સંસ્કારની ઝાંખી થઇ.તેનાથી બોલાય ગયું ઓ કે બેટા આઇ વીલ ઇટ વીથ યુ.

બન્ને બાળકોને જોયા ત્યારથી પૂજામાં માતૃત્વ જાગૃત થઇ રહ્યુ છે, તેના અંતરના ઊંડાણમાંથી વાસ્તલ્યની ધારા વહેવા લાગી છે.પૂજા ભીજાતી જાય છે,બન્ને બાળકો નિર્દોષ દુશ્મનને પણ વહાલા લાગે તેવા છે,કોઇ પથ્થર દીલની મા જ પોતાના આવા બાળકોને છોડી શકે.પૂજા વિચારે છે, આ બાળકોનો શો દોષ? કાંઇ નહીં હું તેઓની મા બનીશ, મારા પતિનુ  લોહી છે.આજથી મારા બે નહીં ચાર પુત્રો.હું કેટલી નસીબદાર છું મોટા બે પોતાના

ઉગી પ્રીત આથમણે કોર

કામમાં અને ડેટીંગમાં વ્યસ્ત થઇ ગયા છે,સાત વર્ષથી કોઇ વીક એન્ડ મારો મારા અમર અક્ષય વગર નહોતો જતો જે હમણાથી એકલવાયો અનુભવાય છે, ઇશ્વર જે કરે તે સારા માટે, હવે બધા વીક એન્ડ મારા આનંદમાં પસાર થશે.પ્રભુ તારો જેટલો પાડ માનુ તેટલો ઓછો છે,હું માગુ તે પહેલા મને સુખ આપે છે.

ડીનર પત્યા પછી એરિકે ડીસિસ કરી, પૂજાએ બાકીનુ કામ પુરૂ કર્યું.

બન્નેને તૈયાર થવા કહ્યું, નાના આદમે પુછ્યું, આન્ટી ક્યાં જવાનું છે?

પૂજાએ બન્નેને પ્રેમથી સમજાવ્યુ બન્ને ભાઇઓએ પૂજા સાથે રહેવાનુ છે,તેઓની મમ્મી કામ માટે બહારગામ ગઇ છે,

બન્ને ભાઇઓ પોતાના રૂમમાં ગયા.

પૂજાએ કીમનો લેટર વાંચ્યો

પૂજા હું ડો ચીંગ સાથે ફ્લોરીડા જાવ છું, મારા ભવિષ્યનો વિચાર મારે કરવાનો છે, સત્યના વીલમાં

મારા નામનો કોઇ જગ્યાએ ઉલ્લેખ નથી, તારા અને ચાર છોકરાઓના નામ પર બધુ છે,બન્ને દિકરાના એજ્યુકેસન ફંડ પણ ટ્રસ્ટીઓને સોપેલ છે, તો મારે તેની સાથે રહીને શું ફાયદો? હવે તો સત્ય મારા માટે સાવ નકામો છે, ઇન્દ્રીય સુખ પણ આપી શકે તેમ નથી.મારી ભર જુવાની છે, ડો ચીંગ ઇસ યંગ, હેન્ડસમ અને મારી જ જાતીનો બધી રીતે મને અનુકુળ છે તો શા માટે ના જાઉ?.ગોડ ગેવ મી ધ ગ્રેટેસ્ટ ગીફ્ટ, ડો ચીંગ, હું તેને નકારતી નથી. હેવ ફન વીથ કીડ્સ, આઇ વીલ નોટ આસ્ક ફોર કસ્ટડી.

બાય.

કીમ

પુજા અને બાળકો ઘેર પહોંચ્યા.બાપુજી રૂમમાં સુઇ ગયેલ,બા ડ્રોયીંગ રૂમમા આસ્થા ભજન સાંભળી રહેલ,

"જૈ શ્રી કૃષ્ણ બા હજુ જાગો છો?"

"હા બેટા હમણાથી મારી ઊંઘ ઓછી થઇ ગઇ છે,આ બે કોણ બેટા?"

"બા હું બન્નેને તેમનો રૂમ બતાવી આવુ છુ, પછી બધી વાત કરૂ, ત્યા સુધી તમે ભજન સાંભળો.

પૂજા બન્નેને રૂમમાં લઇ ગઇ, બ્રસ કરાવડાવ્યુ, આજે શુક્રવાર હોવાથી હોમ વર્ક નો'તુ.

બન્ને ડિઝની ચેનાલ જોવામાં મસગુલ થયા

પૂજા બહાર આવી બાની બાજુ સોફા પર બેઠી ભજન ચાલતુ હતુ

"જે ગમે જગત ગુરૂ દેવ જગદીશને તે તણો ખરખરો ફોક કરવો"

બાએ ટીવી બંધ કર્યું,પૂજા માંડીને વાત કર હવે

"બા તમને તો ખબર છે સત્યને કીમથી બીજા બે બાળકો છે.આ બન્ને તમારા પૌત્ર આદમ અને એરિક.

ભલે પણ તે અહીં કેમ આવ્યા?'

"બા સત્યને  કેન્સર થયેલ છે, અને તે કદાચ જીવલેણ નીવડે એવી શક્યતા હોવાથી કીમે સત્યને છોડી દીધેલ છે. અને તે બીજા ડોકટર ચીંગ સાથે ભાગી ગઇ છે.

અરરર..સાપ કાંચળી ઊતારે તેમ પતિને છોડી દેવાનો. આતે કેવા સંસ્કાર!!

"બા આ અહિંનાં  સંસ્કાર, જેમાં સહુ ખુદનો સ્વાર્થ જ જુવે, પ્રેમ,વફાદારી, સહાનુભૂતિ વગેરેને કોઇ સ્થાન નહીં."

"મને તો વાંધો નથી મારા દિકરાના જ દિકરા છે, પણ તારા બાપૂજી માનશે?"

"બા મને વિશ્વાસ છે તેવો પણ જરૂર માનશે."બહુ મોડુ થયુ છે, તમે સુઇ જાવ.'

સારુ બેટા જૈ શ્રી કૃષ્ણ".

પૂજા વિચારે છે કહી તો દીધુ બાપુજી માનશે, પરંતુ સત્યના ગયા પછી જેવુ રિયેક્ટ કરેલ તેવુ કાલે બાળકો સમક્ષ કરશે તો હું કેમ કરી સંભાળીશ?!બાળકો તો કાલે શનિવાર છે એટલે મોડા જ ઊઠશે એટલે સમય છે, હું અને બા ધીરે ધીરે સમજાવી શકીશુ.

બા રૂમમાં ગયા બાપુજી દરવાજા પાસે જ રિકલાઇનર પર રામ ચરિત માનસ વાંચતા બેઠા હતા.

## ઉગી પ્રીત આથમણે કોર

બાઃ'અરે હજુ તમે જાગો છો?

"હા મને પણ તમારો અનિદ્રાનો ચેપ લાગ્યો છે,હવે આપણે બન્ને સાથે આપણી રૂમમાં બેઠા રામચરિત માનસ વાચી શકીશુ.તમારે એકલા આસ્થા ચેનાલ નહીં જોવી પડે".

"એ તો મને બહુ ગમશે,મને કેમ નહીં બોલાવી?.

"તમે તમારી દીકરી સાથે વાતો કરતા હતા તો ડીસ્ટર્બ નહીં કર્યા,'મેં વાતો સાંભળી, સત્યને કેન્સર છે,તે સાંભળી દુઃખ થયુ,તે ગયો ત્યારે મારાથી બોલતા બોલાઇ ગયેલ કે મેં દિકરાના નામનુ નાહી નાખ્યુ છે. તે આમ સાચુ પડશે! મારે તેની ખાંધ નહોતી લેવી, પણ મારે તેને ખાંધ આપવી પડશે તેવુ તો મેં સ્વપ્નમાં પણ વિચારેલ નહીં.ખેર જેવી હરિની ઇચ્છા,આપણે કોણ નક્કી કરવાવાળા? કોણ પહેલુ જાય કોણ પછી."

આમ પૂજાનો પ્રોબલેમ રાત્રેજ સોલ્વ થઇ ગયો.

# ઊગી પ્રીત આથમણે કોર (૯)

## પ્રવિણાબેન કડકિઆ

બીજા દિવસની સવારે બધા નાસ્તાનાં ટેબલ પર બેઠા હતા ત્યારે એરીક અને આડમનો પરિચય કરાવતા પૂજા બોલી પપ્પાજી આપની પરવાનગી હોય તો આ બે નાના કુટૂંબીજનોને ઘરમાં આવકારીયે.. કારણ કે તેમના પપ્પાનું નામ છે સત્ય.

ચુપકીદી નો સમય ધીરે ધીરે વહેતો હતો અને પૂજાની આંખ પપ્પાજી ઉપર સ્થિર થઇ..

પપ્પાજી બોલ્યા-“ પૂજા સત્ય એ તારો ગુનેગાર છે. એણે તારી સાથે બહું જ ખરાબ વર્તન કર્યુંછે તેથી તો તે આ ઘરમાં થી નિકાલો પામ્યો હતો. હવે આ સંતાનો ને રાખવા કે નહીં તે નક્કી કરવાનું કામ તારુ છે..”

“મમ્મી?” “ જો બેટા અમે તો તારી સાથે ઉભા છીયે.. અને આ સંતાનો નાં પપ્પાનું નામ સત્ય છે પણ મમ્મીનું નામ પૂજા નથી.તેથી તેનો નિર્ણય તું જ લે.”

પોતાના બંને મોટા દીકરાને સંબોધતા પૂજા બોલી. સત્ય અને પૂજાનું આ ઘર એકલી પૂજાનું હતું જ નહીં.. સત્ય નું પણ હતું. અમારા આંતરીક મનભેદોથી એરીક અને આડમ સત્યનાં સંતાનો મટી નથી જતા અને ખાસ જ્યારે તેઓ કેન્સર જેવી મહાવ્યાધીમાં થી પસાર થઈ રહ્યા છે ત્યારે.ચારેય બાળકોનાં મોં ઉપર હાયકારો અને દુઃખ સ્પષ્ટ દેખાતા હતા. નાનકડા આડમને સમજણ ના પડી એટલે તેણે એરીકને પુછ્યુ "ડેડી ઇસ ડોક્ટર ઓફ કેન્સર..રાઇટ?" એરીક કહે "યેસ બટ નાવ હી ઇઝ સફરીંગ વીથ કેન્સર"

પૂજા તેમને જોતા તેની વાત આગળ ચલાવી.. કીમ બંને બાળકો મને સોંપી ગૈ કાલે ફ્લોરીડા ગૈ છે તેથી આ નાના ભુલકા અહીં રહેશે તેવી મારી સમજણ છે. સત્યનાં સંતાનો ને સત્યનાં ઘરે આવતા મારાથી ના રોકાય અને આપ સૌ પણ તેમને સન્માન પૂર્વક આ ઘરમાં રાખો તેવી સલાહ છે.

" પણ મા?" અમરને બોલતા રોકતા દાદાજી બોલ્યા પૂજાનો નિર્ણય છે આપણે તેના દરેક નિર્ણયને માન આપ્યુ છે આને પણ આપશું. આ ભુલકાઓને ના કહેવાનો સૌથી પહેલો અધિકાર પૂજાનો છે અને તેણે

બંને ભુલકાઓને આવકારવાની દરિયાદીલી બતાવી છે તો આપણે પણ બંને ને સ્વિકારીશુ.

એરિક કહે " બટ વેર ઇઝ માય મોમ? એંડ વોટ અબાઉટ હર?"

પૂજા કહે " શી કેન વિઝીટ યુ એંડ યુ કેન વિઝિટ્ હર ઇફ શી વોન્ટ્સ. બટ ઓન્લી ઓન હોલિડેઝ".

થોડાક સમયનાં મૌન પછી એરીક બોલ્યો.." હાવ સેડ.. મમ્મી ઇઝ નોટ હીયર વ્હેન ડેડ ઇઝ નોટ વેલ!"

સત્યનાં મમ્મીથી ડુસકું ભરાઇ ગયું..તેમને રડતા છાના રાખવા બંને મોટા છોકરા ઉભા થૈ ગયા..એરીકને શું કરવું સમજાતુ નહોંતુ પણ તેની આંખો પણ ભીની હતી. આડમ પુછતો હતો "વાય ઓલ્ડ લેડી ક્રાય્ઝ..".

પૂજા તેને પોતાની પાસે લૈને ધીમે થી કહે " ધેટ ઓલ્ડ લેડી ઇઝ યૌર ગાંડ મા.. એણ્ડ પાપા ઇઝ હર સન..શી ફીલ્સ પૈન ફોર યોર પાપા.બધાની આંખો ભરાઇ આવી હતી..સત્યને નિઃસહાય પરિસ્થિતિમા જોવો કોઇને ગમતો નહોંતો.

પૂજા એકલી સ્વસ્થ હતી.તે બોલી જુઓ સત્યની ખોટ સૌથી વધારે બા દાદાજીને પડવાની છે અને આપણા બધાને પણ પડવાની છે. હવે આજથી પપ્પાની થાય તેટલી ચાકરી કરવાની છે અને સૌથી વધારે ભરોંસો આપણે તેમને આપવાનો છે.

તેમણે જે કર્યુ તે કદાચ આપના સૌના માઠા કર્મના ઉદય સમજવાનાં અને તેની સૌથી વધારે માઠી અસરો.. દુઃખાવો અને પીડા તેઓ સહે છે.. આપણે તેમનું દુઃખ તો લઇ નથી શકવાના પણ આપણા થી થઇ શકે તો તેમના અન્ય દુઃખો તો હળવા કરીયે...

" બોલ પૂજા અમારે શું કરવાનું છે?' દાદાજી ભારે અવાજે બોલ્યા.

સાચા હ્રદયથી તેમને માફ કરવાના છે અને તેમને શક્ય સર્વ માનસિક સહાય આપવાની છે."

બધા માટે તે સહજ તો નહોંતુ.. પણ જેને સૌથી મોટો ઘા કહમવાનોછે તે પૂજા જ સામે ચાલીને સૌને સંભાળતી હોય તો બીજો વિચાર તો આવેજ ક્યાંથી?

બા વિચારતા હતા આ પૂજા કૈ માટીની બનેલી

છે..સત્ય તો તેનો સર્વે સર્વા હતો અને તેણે તો તેને ઠુકરાવી..આજે સત્યને તેના કર્મોની સજા મળી રહી છે ત્યારે પણ પ્રેમથી તેને સાચવવા મથી રહી છે.તેનાં અંતિમ સમયે કોઇ વ્યથા ના મળે તે માટે મથી રહી છે ..બા થી વંદન થૈ ગયા પૂજાની ધર્મ સમજ અને સંસ્કારોને જોઇને.

બધા તૈયાર થઇને હોસ્પીટલે પહોંચ્યા.

સત્ય તે વખતે કેમોથેરાપી લૈને આવ્યો હતો. આખા શરીરમાં બળ્યાની વેદના હતી.. માથા પરનાં બધા વાળ ઉતરી ગયા હતા. અને નર્સે માહીતિ આપી “પૂજા મેડમ અને ઘરનાં બધા આપને મળવા આવ્યા છે.”

સત્યે માથુ હલાવીને આવવા જણાવ્યુ અને મનમાં વિચાર્યું ચાલ જીવ તૈયાર થઇ જા સૌ દુભવેલા જીવોની માફી માંગવા.

આ બાજુ પૂજા બધાને કહેતી હતી તેમની સામે જૈને રડવાનું નથી અને તેમનીનકારાતમક વાતોને તોડવાની નથી.. તેમની પાસે જેટલો સમય છે તેટલા સમય માં તેમને આપણે આપી શકીયે તે બધુ સુખ

આપવા માંગીયે છે. જે સમજુ હતા તેમને માટે પૂજાનું આ બધુ કરવું અજુગતુ લાગતુ હતુ અને જેઓ સમજુ ન હતા તે લોકો ખાલી માથુ હલાવી રહ્યા હતા.

સૌથી પહેલા બા દાખલ થયા.સત્ય ઉઠીને બે હાથે પગે લાગવા ગયો.. પણ તેનાથી ઉઠાયુ નહીંને તે પાછો બેડ ઉપર પછડાયો..અને બા થી રાડ પડાઇ ગઈ ..સત્ય...

અને બધા જ કોઇક આશંકાની ભય સાથે દોડી આવ્યા.શું થયુ? શું થયુ?

સત્ય ને પલંગ પર પડેલો જોઇને દાદા બોલ્યા.."બેટા તુ તો બહુ બહાદુર છે..કેટલાયને આ ખાટલે થી ઊઠાડ્યા છે અને હવે ઉઠવાનો તારો વારો છે."

મંદ અવાજે સત્ય બોલ્યો " તે બધા ઉઠ્યા કારણ કે મેં બધાનો હાથ પકડ્યો હતો પણ હવે મારો હાથ પકડનાર જ મને છોડીને જતી રહી છે.."

' તો છોને ગૈ.. અમે તો હજી છીએને" કહેતા પૂજાએ તેનો હાથ હાથમાં લીધો સત્ય તો વિચારી જ શકતો નહોંતો કે પૂજા આવી રીતે આવશે. અને સાથે ચારેય

છોકરાઓ પણ હતા.. બધાજ વીટળાઇને બેસી ગયા..સત્યની આંખ આંસુ થી છલકાતી હતી અને તે બોલ્યો.. "મને માફ કરો. હું ભટકાઇ ગયો હતો અને તમને સૌને ભુલીને મારી જિંદગી ફરીથી વસાવવા ગયો હતો..પ્રભુ એ એવી સજા કરી કે હું તે સુધારી જ ના શકુ." અમર બોલ્યો " ના પપ્પા તમે ઘણાને રાહત આપી છે..ઘણા બધાને જીવાડ્યા છે તમને પણ સારુ થઇ જશે."

સત્ય તો ડોક્ટર હતો જાણ્તો હતો કે હવે તે પાછો વળવાનો તો નથીજ પણ પેટ જણ્યો દીકરો બોલતો હતો તેથી તેને સાંભળવુ ગમ્યુ..તેણે પૂજા પર નજર નાખી. તે સ્થિર હતી..તેની આંખો ડબ ડબતી હોય તેવો તેને આભાસ થયો. ત્યાં આડમ કાલી ભાષામાં બોલ્યો.. ડેડી કમ હોમ આડમ વોંટ ટુ પ્લે વીથ યુ"

"યેસ સની..ડેડી ઓલ્સો વોન્ટ તુ કમ..બટ.."

" નો બટ  નો કટ કમ એન્ડ કમ" તે જીદે ચઢતો હ્તો..

પૂજા તેને સમજાવતી એટલુ બોલી "આડમ ડેડી વિલ કમ બટ નોટ ટુડે..

" બટ આઈ વોન્ટ ટુ પ્લે વિથ હિમ ઓન્લી."

" લેટ અસ પ્લે ટુગેધર ટુડે..હી વીલ જોઇન અસ વ્હેન હી ઇસ ફાઇન"

એરીક તેને લઇને બહાર જાય છે. સત્ય પૂજા સામે જુએ છે અપેક્ષિત નયને.

પૂજા હાથનો ઇશારો કરતા કહે છે " સત્ય તમે તમારી માવજ્ત સંભાળો..તમારા બંને બાળકો રોડ ઉપર નથી. તેઓ મારી સાથે રહેશે અને જેમ અમર અને અક્ષય જેમ ઉછર્યા તેમ જ એરીક અને આડમ આપણે ઘરે ઊછરશે.. બા અને દાદાનું હેત પામશે.

"પણ.. તેઓ તારા સંતાન નથી.

"હા મને ખબર છે તે તારા સંતાન છે"

" તે કીમનાં સંતાન છે..તારી સાથે કરેલા મારા છળની નિશાની છે."

" ભલેને હોય..તને મેં પ્રેમ કર્યો છે ને?"

" હા.. પણ હું તો બેવફા નીકળ્યોને?."

“ તારી સાત વર્ષની બેવફાઇ સામે તેં મને પચીસ વર્ષ ભરપુર સુખ આપ્યુ છે. અમર અને અક્ષરને જાળવ્યા છે.

પ્યાર પ્યાર છે તેનો વ્યાપાર સંભવી ન શકે!

આપે અને આપ્યા જ કરે તે વાત પ્યાર છે

પામે કશું ના છતા જે વહ્યા કરે જે સતત

તે  નદીનું વહેણ છે જે સાગરે સમાયા કરે.

સત્ય માની શકતો નહોંતો કે તેના પૂણ્ય હજી પરવાર્યા નહોંતા.. તેની આંખે ઘોડા પૂર ઉભર્યા..પૂજા સિવાય સહુની આંખો ભીની હતી.

બે મહીના પછી તેણે દેહ છોડ્યો ત્યારે તેનું મન શાંત હતુ અને જે કંઇ થયુ તેનો સર્વ અફસોસ પૂજાએ દુર કરાવી દીધો હતો.પુરતા હુંફ અને કિલ્લોલતા કુટુંબને જોઇને તે ગયો હતો..

# ઊગી પ્રીત આથમણે કોર (૧૦) વિજય શાહ

સત્યનાં ફ્યુનરલમાં હાજર રહેવા કીમ અને ડો ચીંગ ને અમરે ફોન કર્યો હતો. અને કીમ એકલી ફ્લોરીડા થી આવી પણ ખરી. તે માની શકતી નહોંતી કે એક્ષ પત્ની તેના સંતાનો ને પણ સાચવશે..તેને તો એમ જ હતુ કે સત્ય ડરી જશે અને તેને કાલાવાલ કરશે.

વીલ જ્યારે બન્યું ત્યારે તે સત્ય સાથે હતી અને ખુબ ગુસ્સે પણ હતી કે તેને કશું આપ્યુ નહોંતુ. તે માનતી હતી કે છેલ્લે હોસ્પીટલ તો આપીને જશે. પણ ના વીલમાં તેણે હોસ્પીટલ ટ્રસ્ટમાં મુકી અને કીમને કશું ના આપ્યું ત્યારે તે બરોબર ધુંધવાઇ. ડો ચીંગ સાથેના છાનગપતીયા સત્ય જાણતો હતો અને તે જ કારણે તે ખુબ જ ઉદાસ રહેતો હતો.

તેનું મન ઘડી ઘડી ચાહતું કે પૂજા તેના બાળકોને સાચવે કારણ કે કીમ પાસેથી તો તેના બાળકોને કશું જ મળવાનું હતુંજ નહીં. તેની આંખો સત્યને જોતા જોતા

## સહિયારુ સર્જન

છલકાઇ તો ખરી પણ તેના ચહેરા ઉપરનાં ધીક્કારનાં ભાવો તે છુપાવી ના શકી. સત્યનાં મમ્મી એ કહ્યું એરીક અને આડમ તારા બાળકો છે તેની ના નથી..અને સત્ય ઇચ્છતો હતો કે તેમનું યોગ્ય ભણતર અક્ષય અને અમરની જેમ થાય તેથી તેઓ અમારી પાસે છે. તું ધારે તો તેમને રજાનાં દિવસોમાં મળી શકે છે.

કીમ કશું બોલી ના પણ તેના ચહેરાના ભાવો કહેતા હતા મારી જિંદગીનાં સાત વર્ષો સત્યને આપેલા તેનું શું? એરીક આડમ કરતા વધુ સમજણો હતો.તેથી બોલ્યો. મોમ ડેડી નથી તેનો ગમ હોય કે ના હોય પણ પપ્પાની છેલ્લી ઈચ્છા મુજબ અમે અહીં રહીને મોટા થઇશું. તે રાત્રે કીમ પણ રડી..પણ સત્યને નહીં...તેના વીતી ગયેલા ખોખલા સાત વર્ષને..

પૂજા તેના હાવભાવને જોતી અને મમ્મીને પુછ્યુ.." આ પૈસાને રડે છે..આપણે શું કરવું જોઇએ?" મમ્મી જવાબ આપે તે પહેલા પપ્પાજી બોલ્યા..પૂજા બાળકોની વાત સમજાય તેવી હતી પણ હવે પૈસા આપવાનો અર્થ છે કે આ બેલ મુઝે માર.. હા એ બાળકોને સાચવવાની હોત

તો વાત અલગ હતી. પણ તેણે તેની લાયકાત બતાવી દીધી છે. મારી ના છે.

મમ્મી કહે "પૂજા તું શું વિચારીને આ સાપને ઝેર પાવા જાય છે?"

" મારે તેના મનમાં સત્ય માટેનો ધીક્કાર દુર કરવો છે."

" તે તું નહીં કરી શકે કારણ કે તે તો તારી આખી મૂડી હજમ કરવા આવી હતીને? હવે તુ કંઇક સારુ વિચારીશ તો તેમની અવળ બુધ્ધિ વધુ માંગણી કરશે."

" સત્ય આભની અટારીએથી જોતો હશે અને આ ધીક્કારથી ત્રસ્ત થશે તેવું મને લાગે છે."

બા બોલ્યા.. " હા તે તેના બાળકોને સાચવવાની હોય તો કે બીજા લગન ના કરવાની હોય તો સત્યનો આત્મા ત્રસ્ત થાય. વહેવારિક રીતે તો તે શક્ય નથી અને તેણે પોતાના બાળકો છોડ્યા કે જેથી નવી જિંદગીમાં તેને તકલીફ ન થાય.

વળી સાત વર્ષ લગ્ન નાં રહ્યા તો પણ તેણે તેનો એકાઉંટ જુદો રાખ્યો છે.. તેથી પૂજા હવે ખમૈયા કરો..." " મને એવું લાગે છે કે હોસ્પીટલની આવકોમાં તેનો જીવ હતો. સત્ય એ તેને તે ના આપી અને તે કારણ સત્યને ડંપ કરવાનું હતુ."

બાપુજીએ મક્કમ અવાજે કહ્યું.. "બેટા. તુ દાન સમજીને કરવા માંગતી હો તો તારી મરજી પણ વહેવારે તો સત્યનાં વીલને મારે ઉલ્લંઘવું નથી. તેણે જ્યારે તેને કશું નથી આપ્યુ..તો હવે કશું જ ન મળે. અને વધુ ધીક્કાર એ પણ છે કે તેણે છોકરાઓને પણ ડંપ કર્યા છે. અને તેમ કરીને તેણે સત્યને ઘણો જ ઉંડો આઘાત આપ્યો હતો.

"મને કોણ જાણે કેમ એવું લાગી રહ્યું છે કે તે સુખી નથી."

" આવા કામો કરે તેઓ ક્યાંથી સુખી હોય? તેણે ક્યારે એમ વિચાર્યું કે આ પરણેલો ડોક્ટર છે તેની પત્ની નો તે દ્રોહ કરી રહી હતી કે તું અત્યારે તેના સુખનો વિચર કરે છે? "

"પપ્પા આ તો તફાવત છે સાધુ અને વીંછીની વાર્તા જેવો. .વીંછી તો કરડવાનો જ.. પણ સાધુ એ ડંખ ખાવો કે પાંદડા થી તેને ઉપાડીને બચાવવો તે નક્કી કરવાનુ ને..અને અગત્યની વાત એ છે કે એરીક અને આડમ તેમની મા ને માન થી ના જુએ તો આપણા જ સંસ્કાર લજવાય."

"તારી વાત મને સમજાતી નથી જરા ફોડ પાડીને બોલ તો સારૂ." "હું સારપથી તેને ભવિષ્યની શત્રુ બનવા દેવા નથી માંગતી. તેથી હોસ્પીટલ નફામાં ભાગ આપવા માંગુ છુ કે જેથી તેના મનમાં સત્ય પ્રત્યેનો આક્રોશ ઘટે. અને વડીલ તરીકે તે વાત દાદાજી તમે મુકો તે જરુરી છે. સંમતિમાં માથુ હલાવી હા કહી દાદાજી સુવા ગયા.

ડાઇનીંગ ટેબલ ઉપર બીજા દિવસે કીમને સંબોધતા દાદાજી બોલ્યા.. કીમ ભલે તુ ફ્લોરીડા સેટલ થાય પણ સત્યની હોસ્પીટલ ચલાવતું ટ્રસ્ટ તને નફામાં ત્રીજો ભાગ આપશે.. તેથી એવં તો ના માનીશ કે સત્ય સાથેના ગુજારેલા તારા વર્ષો નિષ્ફળ ગયા. તેના મોં ઉપર પહેલી વખત હાસ્ય સ્ફુર્યું.

તને યોગ્ય લાગતુ હોય તો તારા સત્ય વિશેનાં અનુભવો તુ અમને કહી શકે છે..

તેણે કોફીનો છેલ્લો ઘુંટ લીધો અને બોલી." હું સત્યનાં જીવનમાં આવી તે એક અકસ્માત જ હતો.. સત્ય કદી પૂજામેમને ભુલ્યો નહોંતો અને મને એવું જ લાગતું હતું કે તેઓ મારામાં પણ પૂજામેમને શોધતા હતા.. મને સમય જતા સમજાયુ કે તેઓ એક સમજોતુ જીવતા હતા. બે ઘોડા ઉપરની રેસ તો એ ક્યારનાય હારી ચુક્યા હતા.. પછી તેની સાથે જીવન જીવવાનો કોઇ જ અર્થ નહોંતો. મને હોસ્પીટલની આવકો એટલા માટે જોઇતી હતી કે એરીક અને આડમનું ભણતર સચવાય..મને સમજાઇ ગયું છે મારા બાળકો પૂજામેમ પાસે સારી રીતે ઉછેરાશે. અહીંથી હું જઇ રહી છું પણ કદી પાછા નહીં આવવાના મનોરથ સાથે..

મને કશું જોઇતુ નથી.. જે કદી મારું હતું જ નહીં મારી પ્રીત જે આથમણે જ ઉગી હતી..થોડોક સમય આભાસી સુખ માણ્યું પણ હવે સુર્યાસ્ત થઇ ગયો છે . સત્ય ઇચ્છતા હતા કે હું ડો ચીંગ સાથે સુખી થઉં ખબર નથી થઇશ કે નહીં.. પપ્પા મમ્મીને પગે લાગી હગ કરી તે જતી રહી.

***

બે વર્ષે કેબલ ઉપર સત્ય અને પૂજાની કહાણી પ્રસિધ્ધ થઇ અને પૂજાનો ઇંટર્વ્યુ લેવાતો હતો ત્યારે પૂજા ફક્ત એટલું જ બોલી.."મેં કોઇ મોટુ કામ કર્યુ હોય તેવુ મને લાગતુ નથી. મને તો આપણા ધર્મ અને સંસ્કારે જે શીખવ્યુ હતુ તે કર્યુ છે.. મને સત્ય દરેક સ્વરુપમાં મારો જ લાગ્યો હતો.. અને તેના આત્માને શાંતિ થાય તે માટે બધુજ કર્યુ છે."

ઇંટર્વ્યુઅર કહેતો હતો. પ્રેમ આપ્યા જ કરે અને પાછુ માંગવાનું નામ ન લે..તેનો જ્વલંત દાખલો છે પૂજા.. સામાન્ય માણસની જેમ સત્ય ઉપર છાંછીયા કરે કીમ ઉપર ખુબ ગુસ્સો કરે..તે નથી પૂજા મેમ..પૂજા મેમ સ્ક્રીન ઉપર સત્યને વહાલ્થી જોતી પૂજા..અમર અને અક્ષરની મોમ એરીક અને આડમની મોમ દ્રષ્ટીગોચર થતી હતી ઇંટર્વ્યુ પત્યો ત્યારે એક વાત બોલાતી હતી આવા પણ લોકો હોય છે લાખોમાં એક.જે દરેક કસોટીમાં પાર ઉતરે છે

સંપૂર્ણ

સહિયારુ સર્જન

Printed in Great Britain
by Amazon

54547812R00088